Sự tích hoa, cây, quả của Việt Nam

베트남어, 한국어 대역

베트남의 꽃·나무·열매의 유래

번역 전혜경

문예림

역자 **전혜경**

- 한국외국어대학교 베트남어과를 졸업하고 한국외국어대학교 대학원 아주지역연구학과에서 정치학 석사학위를 받았으며, 숭실대학교 국어국문학과에서 문학 석사, 박사 학위를 비교문학논문으로 받았다.

- 번역서는 '금오신화', '한국 고전문학사', '구운몽', '월남우언선집', '재미있는 베트남 동물이야기', '특이한 베트남 사람이야기', '신기한 베트남 식물이야기' 등이 있으며 베트남어 저서로는 '한국 · 중국 · 베트남 전기소설의 비교연구', '한국 · 베트남 설화의 비교 연구'등과 다수의 비교연구 논문이 있다.

- 현재 한국외국어대학교 베트남어과 교수로 재직 중이다.

베트남의

꽃·나무·열매의 유래

초판 1쇄 인쇄 2019년 12월 20일
초판 1쇄 발행 2019년 12월 30일

편집 Nguyên Anh
번역 전혜경(한국외국어대학교 베트남어과 교수)
발행인 서덕일

펴낸곳 도서출판 문예림
주소 경기도 파주시 회동길 366(서패동) (10881)
전화 (02)499-1281~2
팩스 (02)499-1283
홈페이지 http://www.moonyelim.com
E-mail info@moonyelim.com

출판등록 1962. 7. 12 제2-110호
ISBN 978-89-7482-853-0 (93730)

머리말

다문화 및 한류문화가 확산되는 요즈음 그 어느때보다 문화의 소통 문제가 중요한 화두로 대두되고 있다. 따라서 학습자들은 배우고자 하는 나라의 언어뿐만 아니라 그 나라의 문화를 알고 싶어 하는 지적 욕구가 급증하고 있다.

특히 베트남의 경우 한-베 다문화 가정의 자녀가 성장하여 중 · 고등 학생이 되고 있는 현시점에서 일선 중 · 고등 학교에서 다문화 교육을 시행하고는 있지만 그 학생들에게 어머니 나라의 문화를 알릴 수 있는 교재가 턱없이 부족한 실정이다.

필자는 다문화 가정의 자녀들에게는 어머니 나라의 언어와 문화를 쉽게 익힐 수 있는 교재가 필요하고 다문화 시대를 살고 있는 우리 한국인에게는 베트남 민족의 민족성을 이해할 수 있는 문화 교재가 필요하다고 늘 생각해 왔다. 따라서 "베트남 설화를 통해 재미있게 배우는 베트남어, 베트남 문화" 시리즈 출간을 계획하고 먼저 "재미있는 베트남 동물이야기, 특이한 베트남 사람이야기"와 "신기한 베트남 식물이야기"를 출간하였고 이번에 베트남의 꽃, 나무, 열매의 유래이야기를 계속 베트남어, 한국어 대역으로 출판하게 되었다.

이 교재는 베트남어, 한국어를 공부하고 있는 양국의 대학생이나 문학을 연구하는 연구자들에게 양국 민족이 함의 하고 있는 민족성의 의미와 양국 동 · 식물의 상징적 의미를 비교할 수 있어 비교문학 자료로도, 유용하게 쓰일 수 있다고 생각한다.

또한 한-베 언어 및 문화를 배우려는 일반 학습자들과 다문화 가정의 부모 및 다문화 가정 자녀들을 지도하는 선생님들에게는 이 교재가 문화 소통의 가교 역할을 할 수 있을 것이다.

이 책에 번역된 이야기들은 베트남의 Nguyên Anh이 편집한 설화 채록집 "108 Chuyện Kể Hay Nhất Về Các Loài Cây Và Hoa Quả"에서 주로 발췌하였다. 번역을 하는 과정에서 베트남어, 한국어 학습자들에게 직접적인 도움을 주기 위하여 이 교재는 직역에 비중을 두어 번역하고자 하였다.

끝으로 이 책의 번역에 도움을 준 한양대학교 한국학과 석사과정에 재학중인 베트남 유학생 Lê Huyền Trang에게 감사의 뜻을 전한다. 또한 이 책의 출판을 맡아주신 문예림 출판사에도 깊은 감사를 드린다.

2019년 역자씀

차 례

이 책은 2014년도 한국외국어대학교 학술연구조성비에 의해 이루어진 것임.

베트남의

꽃·나무·열매의 유래

Ⅰ. 열매 이야기
(Chuyện kể về các loại trái cây)

1. Sự tích củ Mài

마의 유래

옛날 부모가 아이의 이름을 다 기억 못 할 정도로 아이가 많은 가족이 있었다. 남편의 이름은 “당”이고, 아내의 이름은 “팡”이었다. 아이는 많았지만 산을 많이 개간하고 논밭을 많이 개간하여 생활은 궁핍하지 않았다.

Xưa có một gia đình rất đông con, đông đến nỗi bố mẹ không nhớ hết được tên từng đứa. Người chồng tên Đang, người vợ tên Phang. Tuy đông con như thế, nhưng hai vợ chồng nhờ phát được nhiều nương và vỡ được nhiều ruộng, nên đời sống không đến nỗi túng thiếu.

한 해 날씨가 가물어 흉년이 들었고 다음 철에 부부가 모종할 수많은 벼의 씨앗을 강도에게 모두 빼앗겼다. 두 부부가 아이들을 먹이려고 숲에 들어가서 돌이끼, 나뭇잎을 구해와도 아이들에게는 언제나 부족하여 하루 종일 아이들은 계속 엄마, 아빠를 불렀다. 그리고 외쳤다.

"배가 몹시 고파. 엄마, 아빠!"

Gặp năm trời hạn mất mùa, bao nhiêu lúa giống của hai vợ chồng để dành cho mùa sau đều bị bọn lang đạo cướp hết. Hai vợ chồng phải vào rừng tìm rêu đá, lá cây về cho các con ăn, nhưng kiếm bao nhiêu cũng không đủ, suốt ngày lũ con cứ gọi bố mẹ. Và kêu:

– Đói lắm, bố mẹ ơi!

부부는 아이들이 불쌍하고 또 돌 이끼나 나뭇잎은 오랫동안 밥을 대신할 수 없는 줄 알기에 두 사람은 마을 사람들에게 밥을 얻으러 갔다. 어떤 사람은 쌀 한줌을 주기도 하고 어떤 사람은 씨앗 몇 개를 주었다. 그래서 부부는 아이들 몰래 숲에 들어가 제철이 아닌 벼를 심으려고 밭을 개간하였다.

Hai vợ chồng thương con, biết rằng rêu đá, lá cây không phải là món ăn có thể thay cơm gạo lâu dài được, hai người cố đi xin người làng, kẻ cho một nắm, người vài bông lúa giống, và giấu các con, lên rừng phát rẫy tỉa lúa trái mùa.

집에서, 아이들은 배가 몹시 고파서 서로 이끌고 숲에 들어가 무엇인가 먹을 것을 찾아 배고픔을 덜려고 하였다. 그러나 밤이 되면 그들은 다시 집에 돌아와 밤새 내내 배고프다고 소리를 쳤다.

"배가 몹시 고파. 엄마, 아빠!"

Ở nhà, đàn con đói quá, kéo nhau ra rừng tự kiếm cái gì ăn cho đỡ đói, nhưng đến đêm chúng lại về kêu đói suốt đêm:

– Đói lắm, bố mẹ ơi!

한밤중 숲 속에서 아이들의 소리가 메아리 치는 것을 듣고 두 부부는 마음이 베일 듯이 아팠다. 두 부부는 아이들을 안심시키려고 번갈아 소리를 외쳤다.

"아이들아! 벼의 싹이 트고 있어."

Trong rừng khuya, nghe tiếng đàn con vọng tới, hai vợ chồng lòng đau như cắt. Hai vợ chồng thay nhau nói vọng về cho các con yên lòng:

– Các con ơi! Lúa đang nảy mầm.

벼가 푸르게 자라났을 때 그들은 또한 울려 퍼지도록 소리를 쳤다.

"아이들아! 벼가 푸르게 자라고 있어."

Khi lúa đã lên xanh, họ lại gọi vọng về:

– Các con ơi! Lúa đã lên xanh.

벼가 익었을 때는 두 부부도 힘이 다 빠졌으나 배가 고프다고 우는 아이들의 목소리를 들었을 때 두 사람은 또다시 있는 힘을 다해 아이들이 듣도록 크게 외쳤다.
"아이들아! 벼가 익고 있어……"

Đến ngày lúa chín, thì hai vợ chồng kiệt sức nhưng khi nghe tiếng đàn con kêu đói thì hai người lại cố gắng nói to lên cho các con nghe:
– Các con ơi! Lúa đang chín...

그리고 첫 번째 쌀을 막 찧고 나서 두 부부는 곧장 큰 쏘이(찹쌀로 만든 음식)를 찜 솥에 '바로' 쪘다. 한 줌씩 한 줌씩을 나누고 나서 아이들에게 주려고 바로 집으로 쏘이를 가지고 갔다. 그러나 집에 이르렀을 때 아이의 그림자조차 보이지 않았다. 그때 깊은 숲 속으로부터 다음과 같은 소리가 울려 퍼졌다.
"배가 몹시 고파. 엄마, 아빠!"

Và khi mẻ gạo đầu tiên vừa giã xong thì hai vợ chồng liền đồ ngay một chõ xôi lớn, chia ra từng nắm một, rồi đem ngay xôi về nhà cho các con. Nhưng khi đến nhà thì họ không thấy bóng một đứa nào. Trong khi ấy, thì từ rừng sâu lại vọng ra những tiếng:
– Đói lắm, bố mẹ ơi!

가슴이 몹시 쓰라린 두 부부는 쏘이 채반을 들고 사력을 다해 숲으로 들어갔다. 그러나 아이들은 어디에도 없었다. 그러는 동안 오른편, 왼편, 등 뒤, 바로 앞 사방 숲에서 장이 찢어질 듯 외치는 소리가 울려 퍼졌다.
"배가 몹시 고파. 엄마, 아빠"

Tủi cực quá, hai vợ chồng gượng khiêng rá xôi vào rừng, nhưng không gặp đứa con nào cả. Trong khi ấy thì rừng cây trước mặt, sau lưng, bên trái, bên phải vẫn vọng ra tiếng kêu xé ruột:

– Đói lắm, bố mẹ ơi!

이때 두 사람은 힘이 다 빠졌다. 그들은 더 이상 숲에서 울려 퍼지는 소리를 따라 아이들을 찾으러 갈 수 없었다. 두 사람은 쏘이 채반을 아래에 놓고 힘껏 불렀다.

"아이들아! 여기 와서 아빠, 엄마와 함께 쏘이를 먹자."

Lúc này thì sức hai người đã kiệt. Họ không thể theo tiếng vọng của rừng núi mà đi tìm con được nữa. Hai người đặt rá xôi xuống và cố sức gọi:

– Các con ơi! Ra đây với bố mẹ mà ăn xôi.

부르는 소리가 막 그치자마자 한 무리의 새떼들이 여기저기에서 날아와 숲에 앉았다. 새들은 지저귀기를.

"방! 방! 방! 방. 우리들은 과일을 먹는데 익숙해 있어요. 그러니까 쏘이는 부모님이 드세요!.."

Tiếng gọi vừa dứt, thì một đàn chim từ các ngả bay đến đậu đầy cả khu rừng. Chim hót:

– Bang! Bang! Bang! Bang! Chúng con ăn quả đã quen; còn xôi xin nhường bố mẹ!

그때야 비로소 두 부부는 자신의 아이들이 배가 너무 고파서 새로 변해 버렸음을 알았다. 늙고 약하고 허기지고 또한 새로 변한 아이들이 불쌍해서 부부는 쏘이 채반에 머리를 파묻고 죽었다.

부모가 참혹하게 죽는 것을 보고 새떼들은 온 숲을 울고 다녔다. 그리고 그들은 쏘이를 한줌 한줌 집어서 부모의 무덤을 덮었다.

Bấy giờ hai vợ chồng mới biết đàn con của mình vì đói quá nên hóa chim mất rồi. Già yếu, đói khổ, lại thương xót đàn con đã hoá chim, hai vợ chồng gục đầu vào rá xôi mà chết. Thấy bố mẹ chết thảm quá, đàn chim kêu vang cả khu rừng, rồi chúng lấy những nắm xôi đắp mộ cho bố mẹ.

그 후에 당, 팡 두 부부의 무덤에는 신기한 나무 한 그루가 솟아 올랐는데, 위에는 나무의 잎이 있고 아래는 구근이 있었다. 그 구근은 흰색을 띄고 삶아 익히면 쏘이처럼 향이 있고 끈기가 있었다. 그것이 바로 "마"이다. 사람들은 얘기하기를 아주 가난했던 두 부부가 자신과 같이 형편이 어려운 사람들을 구하기 위해 마로 변했다고 한다. 그런데 그들의 아이들은 당방(아빠, 엄마의 이름) 새가 되어 옛날 부모님의 고생했던 삶을 상기시키기 위해 벼가 익을 때마다 숲 여기저기에서 울고 다닌다고 한다.

Về sau, chỗ mộ hai vợ chồng Đang, Phang mọc lên một cây rất lạ: trên là cây, dưới là củ. Củ có màu trắng và khi luộc chín thì thơm dẻo như xôi. Đó là củ mài. Người ta nói rằng vợ chồng nghèo khổ ấy đã hoá ra củ mài để cứu những con người cùng cảnh ngộ như mình. Còn lũ con của họ thì hoá thành chim "đang bang" thường kêu vang cả núi rừng vào mùa lúa chín, để nhắc lại cảnh khổ cực của bố mẹ ngày xưa.

마는 소화를 촉진하고 보양 식품으로 알려져 있어 베트남에서는 죽이나 국을 끓여서 먹는다.

2. Ai mua hành tôi

누가 나의 파를 살까

옛날에 결혼하지 않고 혼자 사는 젊은 남자가 있었는데 그는 물소, 쟁기와 더불어 1년 내내 농사를 짓고 살았다. 어느 날 도끼를 메고 나무하러 숲으로 갔다. 그는 나무를 열심히 자르다가 까마귀 한마리가 작은 참새를 물고 그가 일하는 곳 가까운 돌에 날아와 앉는 것을 보았다. 까마귀가 참새를 먹을 준비를 하는 것을 보고 그는 흉악한 까마귀 입에 들어갈 참새가 갑자기 불쌍해졌다.

Ngày xửa ngày xưa có một chàng trai trẻ chưa cưới được vợ, chàng trai sống bằng nghề nông quanh năm gắn bó với con trâu và cái cày. Vào một ngày nọ chàng trai vác rìu lên rừng kiếm củi. Trong lúc chàng đang hì hụi đốn cây, chàng nhìn thấy một con quạ đen tha một con chim sẻ nhỏ bay tới đậu ở một tảng đá tại gần chỗ anh đang làm việc. Nhìn thấy con quạ sắp ăn thịt con chim sẻ, chàng trai bỗng động lòng trắc ẩn thương cho chú chim nhỏ bé sắp sửa lọt vào miệng loài quạ quái ác.

그 젊은이는 돌을 주워 까마귀에게 던졌다. 검은 까마귀는 누군가 자신에게 던진 것을 알고 놀라 사냥감을 놓고 날개를 치며 날아갔다. 먹이를 놓쳤기 때문에 화가 난 까마귀는 크게 욕을 하였다. 젊은이는 또 돌을 주워 까마귀에게 다시 던지며 나무랐다.

"흉악한 이놈의 새, 빨리 꺼져!".

Chàng trai cúi xuống nhặt một viên đá ném vào con quạ. Con quạ đen giật mình thấy có ai ném mình nên bỏ lại con mồi rồi vỗ cánh bay lên. Bực tức bởi vì hỏng ăn, con quạ chửi bới om sòm. Chàng trai nhặt thêm viên đá nữa ném tiếp vào con quạ và mắng:

– Đồ chim quái ác, mày hãy biến ngay!

검은 까마귀는 화가 나서, 날아가기 전에 젊은이에게 돌아와서 복수하겠다고 협박했다. 젊은이는 돌이 있는 쪽으로 달려와 약한 숨을 쉬고 있는 참새를 쥐고 참새를 다시 살릴 방도를 찾았다. 살리려고 열심히 노력한 끝에 겨우 1 시간 만에 작은 참새는 정신이 돌아와 날개를 치고 날아갈 수 있었다. 참새는 젊은이에게 감사하고 젊은이에게 자신이 귀한 선물을 가지고 날아 올 테니 그 자리에서 잠깐 기다리라고 하였다.

Con quạ đen tức tối bay đi, trước khi bay đi nó còn đe dọa chàng trai là sẽ quay lại trả thù. Chàng trai chạy lại phiến đá nhặt chú chim sẻ đang ngoi ngóp, anh tìm đủ mọi phương cách ủ cho con chim sống lại. Với cố gắng và nỗ lực cứu chú chim, chỉ gần một tiếng sau, chú chim nhỏ đã tỉnh lại và vỗ cánh bay được. Chú chim sẻ cảm ơn chàng trai và bảo anh ngồi đợi nó một lát để nó bay đi lấy tặng anh một vật quý.

잠시 후 참새는 주둥이에 작은 병을 물고 다시 돌아와 젊은이 옆에 내려놓으며 말하였다.
"이 병은 도술을 지닌 신기한 물병으로 늙은 사람을 젊게 할 수도 있고 작은 물건을 더 크게 할 수도 있는데 이 세상에는 가지고 있는 사람이 없어요."

Một lúc sau, chú chim đã quay trở lại và trong miệng ngậm một cái lọ bé tí xíu đặt xuống bên cạnh chàng trai và nói:
– Đây là lọ nước thần có phép màu làm cho một người đang già có thể trẻ lại, làm cho một vật nhỏ có thể to thêm, trên thế gian này không có một ai có.

말을 마치자 참새는 날개를 치고 날아갔다. 젊은이가 궁금하여 신기한 물병을 열었는데 그는 진한 향기가 퍼져 나오는 병 속의 물을 보았다.

Nói xong chú chim sẻ vỗ cánh bay đi. Chàng trai tò mò bèn mở nút lọ nước thần ra xem, anh thấy nước trong lọ tỏa ra một hương thơm ngào ngạt.

젊은이는 속으로 생각했다.
"이 향기 나는 물은 부잣집 부인들이 꾸미기 위해 주로 쓰는 거지 나에게는 이 향기 나는 물을 사용할 일이 없을거야."

Chàng trai nghĩ thầm:
– Những thứ nước thơm như này chủ yếu để cho các bà nhà giàu có xức vào làm đỏm, chứ mình thì chắc chả bao giờ dùng loại nước thơm này.

그리고 그는 조심스럽게 병 뚜껑을 닫아 주머니에 넣고 땔감을 가지고 돌아 왔다. 집에 돌아온 그는 집안에 지붕을 가로지르는 기둥에 물병을 걸어 놓았다. 그리고 시간이 계속 흘렀다. 또한 그는 농사를 짓느라고 바빠서 그 물병을 잊어 버리고 그것에 대해 기억하지 못했다.

Rồi anh đậy nắp lọ lại cẩn thận, cất vào túi áo và gánh củi mang về. Về tới nhà anh treo lọ nước lên kèo nhà, rồi thời gian cứ thế trôi qua, cũng do quá bận bịu với công việc đồng áng nên anh cũng bẵng quên đi, không còn nhớ tới cái lọ nước ấy nữa.

몇 년 후 젊은이는 힘들게 장가를 갔다. 그녀의 아내는 역시 농부 집안의 출신으로 일년 내내 손에 진흙을 묻히고 살아 왔고 하루 종일 농사일을 해야만 했기 때문에 까맣고 못생겼다. 그러나 부부는 서로 몹시 사랑하였다.

Một vài năm sau đó, vất vả mãi chàng trai mới cưới được một cô vợ. Vợ của anh cũng là con gia đình làm nông nên quanh năm chân lấm tay bùn, vì suốt ngày phải tiếp xúc với việc đồng áng cho nên vợ anh cũng đen thui và xấu xí. Nhưng vợ chồng nhà anh rất yêu thương nhau.

어느 날 남편이 쟁기질을 하며 남은 논을 갈기 위해서 들에 나가 있을 때, 집에 있던 그의 아내는 집안을 정리했다. 집안을 치우는 중에 집안 지붕 기둥 위에 걸린 작은 병을 보고 무슨 병인지 궁금해서 그녀는 즉시 의자를 놓고 가지고 내려와 뚜껑을 열어 보았다. 병 속의 물 향기가 퍼져나오는 것을 맡았을 때 그녀는 보통 향수인줄 알았다. 조금 후에 그녀는 목욕물을 끓이고 하는 김에 그 향물을 부어서 머리카락과 온몸에 뿌렸다.

Một hôm người chồng ra ngoài đồng để cày nốt mảnh ruộng anh đang cày dở, vợ anh ở nhà dọn dẹp nhà cửa. Trong lúc thu dọn chị thấy trên kèo nhà có treo một cái lọ nhỏ nhỏ, tò mò không biết là lọ gì nên chị bèn bắc ghế lấy xuống rồi bật nút ra xem. Khi ngửi thấy mùi thơm ngào ngạt của nước trong lọ tỏa ra, chị tưởng là thứ nước thơm bình thường. Lát sau, chị nấu nước tắm gội rồi tiện tay đổ lọ nước ra xức khắp tóc tai mình mẩy.

놀랍게도 그것을 뿌린 후에 그녀는 저절로 피부가 하얘지고 예뻐져서 어느 누구도 비교할 수 없을 만큼 아름다워졌다. 그 신기한 물은 우물 옆에 있는 몇몇 파 고랑에 흘러들어가 파줄기가 이상하게 갑자기 커지게 했다. 파뿌리는 석회를 담은 병처럼 커졌고 줄기는 "돈가잉" (어깨에 메고 양쪽에 물건을 실어 나르는 기구)만큼 길어졌다.

Không ngờ sau khi xức xong, chị ta tự nhiên trở nên xinh xắn trắng trẻo, nhan sắc mỹ miều ít ai sánh kịp. Nước thần trôi xuống mấy luống hành bên cạnh giếng, khiến cho những cây hành cũng lớn phổng lên một cách lạ thường: củ to như bình vôi, dọc dài bằng đòn gánh.

남편이 쟁기질하고 집에 돌아와 아내의 얼굴을 보았을 때 그는 멍하니 선녀가 지상에 내려온 것으로 생각했다. 만약 말하는 목소리가 없었다면 아마 전혀 자신의 아내를 알아볼 수 없었을 것이다. 아내가 향수병에 대해 얘기하는 것을 듣고 그는 비로소 3년 전 참새가 신세를 갚겠다고 한 말이 생각났다. 기쁜 심정을 이루 헤아릴 수 없었고 아내를 보고 또 봐도 지루하지 않았다. 또 아내가 듣도록 옛날 이야기를 들려주었다.

Khi người chồng đi cày về nhìn mặt vợ thì ngẩn cả người cứ tưởng là tiên sa xuống cõi trần, nếu không có tiếng nói thì cơ hồ anh không nhận ra là vợ mình nữa. Nghe vợ nhắc đến lọ nước thơm, anh mới sực nhớ tới chuyện báo đền của con chim sẻ ba năm về trước. Nỗi mừng biết lấy chi cân, anh ngắm và mãi không chán mắt, rồi kể lại câu chuyện cũ cho vợ nghe.

그때부터 그는 아내에게 바싹 붙어 떨어지지 않았다. 그래서 농사일에도 완전히 소홀해졌다. 그러나 집에만 계속 있으면 배가 고프기 때문에 어쩔 수 없이 일하러 가야 했다. 아내를 항상 그리워하는 것을 피하기 위해 그는 그림장이를 불러 아내의 그림을 그리도록 했다. 그리고 일하러 들에 나갈 때마다 아내의 그림을 언제나 볼 수 있도록 논둑에 걸어 놓았다.

Từ đấy anh cứ quấn quýt lấy vợ không rời. Công việc đồng áng vì thế cũng mười phần bê trễ. Nhưng cứ ở nhà mãi thì đói mất nên anh đành phải đi làm. Để khỏi nhớ, anh thuê thợ vẽ hình vợ. Mỗi khi ra đồng làm việc, anh lại treo bức tranh ở bờ ruộng để nhìn cho thỏa.

어느 날 그가 쟁기질을 하면서 논둑 위에 말뚝을 박고 그림을 걸어 놓았다. 열 개째 고랑에 막 쟁기질을 하고 있는데 어디에선가 옛날 그 때의 까마귀가 내려와 그림을 입에 물고 가지고 갔다. 논둑 저쪽에 있던 남편은 그것을 보고 소리를 지르며 쫓아갔지만 때는 이미 늦었다.

Một hôm anh đang cày ruộng, bức tranh được treo lên một cái cọc cắm ở trên bờ. Vừa cày được mươi luống, tự nhiên con quạ năm xưa ở đâu sà xuống quắp lấy bức tranh mang đi. Anh chàng ở bên kia bờ thấy vậy bèn hò hét đuổi theo nhưng không kịp nữa.

까마귀는 날개를 펴고 높이 날아 아주 멀리 가 버렸고 순식간에 사라졌다. 옛날 그가 돌을 던져서 그의 먹이를 빼앗은 것에 대한 복수로 까마귀는 그림을 가지고 경성으로 가서 궁궐 마당에 떨어뜨렸다. 호위 병사들은 그 신기한 일을 보고 즉시 주워 가서 왕에게 아뢰었다. 그 사진과 같은 그림을 손에 쥔 왕은 계속 계속 보아도 질리지 않았다. 마음속으로 "나의 궁중 궁궐에 수많은 예쁜 미인들이 있지만 이 그림속의 여자만큼 예쁜 사람은 없다. 분명히 하늘이 나에게 까마귀를 보내어 알려주는 것이겠지!"

Quạ đã cất cánh bay cao và bay đi rất xa, chỉ một loáng đã mất hút. Báo thù việc anh ném đá giành mồi của nó ngày xưa, quạ mang bức tranh vào đến tận kinh đô, thả xuống ở sân rồng. Bọn lính thị vệ thấy sự lạ lùng, bèn nhặt lên đem trình vua. Cầm lấy bức truyền thần, vua ngắm nghía mãi không chán mắt, bụng bảo dạ: - "Trong ba cung sáu viện của ta đã có nhiều người đẹp, nhưng chưa có người nào đẹp bằng người đàn bà trong bức tranh này. Hẳn là trời sai con quạ đến mách cho ta đây!"

즉시 왕은 대신과 100명의 호위병사에게 명령을 내려 그림 속의 여자를 찾아 데려오도록 하였다. 대신은 사람을 각 지방에 보내어 여기저기 골목골목을 뒤졌다. 그들은 효율적으로 찾기 위해 각 지방에 축제를 가장하여 열고 밀려드는 사람들을 살펴보러 갔다. 매번 백성들이 많이 모였을 때 그들은 그림을 가져다 보여주고 우연히 얻은 체하며 누구라도 잃어버린 사람은 가져가라고 했다.

Lập tức vua ra lệnh cho một quan đại thần và một trăm thị vệ phải tìm cho được người đàn bà như đã vẽ trong tranh mang về. Quan đại thần cho người về các địa phương sục sạo khắp hang cùng ngõ hẻm. Để việc tìm tòi có hiệu quả, chúng bày ra trò mở hội ở các vùng chúng đến để cho mọi người đổ về xem. Mỗi lần thấy dân tập hợp đông đúc, chúng đưa bức tranh ra giả tảng nói là tình cờ bắt được, người nào mất thì đến mà nhận.

어느 날, 그들은 신기한 물병을 가진 젊은이 부부의 고향에 가서도 역시 3일 동안 축제를 가장하여 열었다. 과연 그 젊은이는 그 간계에 걸려 들었다. 그림을 본 그는 조금도 망설이지 않고 서둘러 그림을 받으러 나갔다. 그러나 그는 먹이를 사냥하는 것처럼 병사들이 그를 덮칠 것이라고는 상상하지 못했다. 그들은 그를 따라 집으로 가서 바로 그림 속의 여자를 찾아냈다. 그들은 몹시 기뻐하며 남편이 통곡하는데도 불구하고 그 여자를 서둘러 가마에 태워 경성으로 데리고 갔다.

Một hôm, chúng tới vùng quê hai vợ chồng anh chàng có lọ nước thần và cũng bày trò mở hội ba đêm ngày. Quả nhiên anh chàng sa vào mưu gian. Khi nhìn thấy bức tranh anh không đắn đo gì cả, lật đật bước tới để nhận. Nhưng anh không ngờ bọn lính chộp lấy anh như chộp con mồi. Chúng theo anh về nhà và tìm thấy ngay người đàn bà trong tranh. Mừng quá, chúng vội đưa kiệu rước nàng về kinh đô, mặc kệ cho người chồng vật mình than khóc.

궁궐에 잡혀온 후 그 여자는 웃지도 않고 말도 하지 않고 예쁜 옷도 입지 않고 머리도 빗지 않으며 어느 누구도 가까이 오지 못하게 하였다. 예쁜 여자를 궁궐에 데려와서 왕은 너무 기뻤으나 달래거나 협박하는 데도 불구하고 그 옥 같은 여자로 하여금 웃거나 말을 하게 할 수 없어서 슬프고 괴로웠다.

Sau khi bị bắt vào cung, người đàn bà không cười không nói, áo đẹp không mặc, đầu không chải và không cho một ai đến gần. Đem được người đẹp về cung, nhà vua hết sức mừng rỡ, nhưng cũng hết sức buồn phiền vì mọi thứ dỗ dành, dọa nạt đều không thể làm cho người ngọc nở một nụ cười hoặc nói lên một tiếng.

왕은 즉시 명령을 내려 그녀를 웃게 할 수 있는 방법이 있는 사람은 누구라도 높은 벼슬과 후한 상을 주겠다고 공표하였다. 이 소식을 듣고 유명한 희극인들부터 잘 웃기는 장원, 의사, 법사까지 모두 경성으로 모여들었다. 그들은 서로 다투어 상을 받으려고 그 여자가 입을 열도록 있는 재주를 다 사용하였으나 아무리 모든 방책을 다 써도 모두 허사였다.

Vua bèn hạ lệnh cho rao trong dân chúng hễ ai có cách gì làm cho nàng cười nói lên được, thì sẽ ban thưởng cho quan cao lộc hậu. Nghe tin này, có nhiều người, từ những vai hề nổi tiếng, những ông trạng cười cho đến các bậc lương y, các pháp sư phù thủy, v.v... đua nhau trẩy kinh hy vọng dùng tài phép lớn cho người đàn bà phải buột miệng nói cười để mong ân thưởng. Nhưng dù đã giở đủ mọi trò, đều vô hiệu.

한편 남편은 아내가 병사에게 잡혀간 때부터 어떠한 일도 하고 싶지 않았다. 어느 누구라도 궁궐에 있는 예쁜 여자를 말하게 하고, 웃길 수 있는 사람은 임금에게 상을 받는다는 소문을 듣고 남편은 자신의 아내가 궁궐에 있을 거라고 믿고 즉시 아내를 찾으러 경성으로 가기로 결심했다. 떠나기 전에 우물 옆에 있는 몇 단의 파를 뽑아서 한 "가잉"으로 묶어서 어깨에 짊어졌다.

Lại nói chuyện anh chồng từ khi vợ bị quan quân bắt đi thì không còn thiết làm ăn gì nữa. Khi nghe tin loan báo ai làm cho người đẹp trong cung nói cười được thì sẽ được vua ban thưởng, anh biết là vợ mình đang ở cung vua, bèn quyết vào kinh tìm vợ. Trước khi đi, anh nhổ mấy củ hành ở cạnh giếng buộc làm một gánh quẩy theo.

경성에 이르러 그는 가잉을 짊어지고 황궁 문 앞을 왔다갔다 하며 다음과 같은 말들을 큰 소리로 외쳤다.

"줄기는 "돈가잉"만하고
뿌리는 석회병 만하고
내 파를 사는 사람은 누구라도
나를 불쌍히 여겨주세요!"

Đến kinh đô anh quảy gánh của mình đi lại trước cửa hoàng cung rao to lên những câu:

Dọc bằng đòn gánh,
Củ bằng bình vôi,
Ai mua hành tôi,
Thì thương tôi với!

남자의 외치는 소리가 점점 커져서 궁궐에 까지 울려 퍼졌다. 아내의 얼굴이 매번 소리가 날 때마다 저절로 밝아졌다. 마침내 그녀는 시녀를 돌아보고 말했다.
"파를 파는 사람을 나에게 불러와."

Tiếng rao của anh vọng vào cung mỗi lúc mỗi lớn. Nét mặt của vợ anh tự nhiên cũng mỗi lúc mỗi tươi. Cuối cùng, nàng quay lại bảo thị nữ:
− Hãy gọi người hàng hành vào cho ta!

남편 얼굴을 보았을 때 그의 아내는 소리내어 웃었다. 그 여자가 처음으로 웃고 말하는 것을 보고 왕은 몹시 기뻐하였고 또한 이상하게 큰 파를 보고 몹시 놀랐다. 왕은 예쁜 여자가 이 이상하게 큰 파 때문에 웃는 줄 착각하였다. 왕은 자신이 예쁜 여자를 즐겁게 하기 위해서 파를 담은 가잉을 메는 사람으로 분장하려는 생각이 떠올랐다. 왕은 남편에게 말하였다.
"그곳에 파를 담은 가잉을 놓고 옷을 빨리 벗어라!"

Khi nhìn thấy mặt chồng, vợ anh cười lên một tiếng. Thấy người đàn bà lần đầu tiên cười nói, vua sung sướng như mở cờ trong bụng, lại thấy những cây hành to lớn lạ thường thì nhà vua lấy làm kinh ngạc quá đỗi. Vua ngỡ là nhờ những cây hành kỳ lạ này mà người đẹp nói cười. Vua liền nảy ra ý nghĩ muốn tự mình cải trang gánh gánh hành để làm vui lòng người đẹp. Vua bảo anh chồng:

– Hãy đặt gánh hành lại đó và cởi áo ra mau!

왕은 기꺼이 어의를 벗어서 남편에게 던지고 남편 옷으로 갈아입었다. 왕은 또한 남편을 붙잡고 자신에게 그가 외치던 소리를 외우게 해달라고 시키고 여자의 얼굴 앞에서 파 가잉을 짊어지고 다니며 방금 배운 외치는 소리를 외쳤다. 그와 같은 것을 보고 파장수의 아내는 배꼽 잡고 웃었다. 왕은 즐거워서 더욱더 파장수인 것처럼 하였다. 그러나 갑자기 그 여자는 시녀에게 개를 풀어 놓으라고 말했다. 개는 왕을 낯선 사람으로 착각하여 즉시 덮쳐서 물어 죽였다. 아내는 서둘러 남편에게 말하였다.

"당신은 빨리 옥좌 위에 앉아봐요!"

Vua cởi áo long bào vứt cho anh và mặc áo của anh vào. Vua còn bắt anh bày cho mình học thuộc câu rao, rồi quẩy gánh hành qua lại trước mặt người đàn bà, cất tiếng rao mới học được. Thấy vậy, vợ anh hàng hành cười ngặt nghẽo. Vua thích thú lại càng làm già. Nhưng đột nhiên người đàn bà bảo thị nữ thả đàn chó ra. Chó thấy vua ngỡ là người lạ liền nhảy xổ tới cắn chết. Người đàn bà vội bảo chồng:

– Mình hãy mau mau trèo lên ngai vàng đi!

남편이 서둘러 옥좌에 앉으니 모든 백관과 궁녀가 고개를 숙였다. 그때부터 그는 왕이 되었고 일생 아내와 행복하게 잘 살았다.

Anh chồng lật đật trèo lên ngai vàng giữa lúc trăm quan và cung nữ rập đầu bái mạng. Từ đó anh làm vua và ở với vợ trọn đời.

파는 부엌에서 쓰는 양념 종류일뿐만 아니라 매일 매일 우리들 건강에 많은 이익을 가져다준다. 파는 원래 푸른 파, 우리 파와 같은 많은 이름들로 불렸다. 파는 뼈를 튼튼하게 하고 피 속에 있는 당의 양을 조절하고 면역력을 증가시키고 시력을 향상시킨다.

Hành lá không chỉ là một loại gia vị trong nhà bếp mà còn đem lại rất nhiều lợi ích cho sức khỏe của bạn khi kết thân với chúng hàng ngày. Hành lá vốn được gọi bằng nhiều cái tên như hành xanh, hành ta. Giúp xương chắc khoẻ, Giúp điều hòa lượng đường trong máu, Giúp tăng cường miễn dịch, Giúp tăng cường thị lực...

3. Cây Bưởi Đào

자몽의 유래

옛날에 늙은 농부가 매우 늙어서 자신이 얼마 살지 못할 것을 알고 두 명의 아들을 불러 놓고 말하였다.

"평생 아버지는 너희들을 잘 키우기 위해 열심히 일했다. 나는 정원을 둘로 나누어 너희 둘에게 주겠다. 집 한 채와 모든 재산은 가장 귀한 선물을 아버지에게 바친 아들에게 남겨줄 것이다."

Ngày xưa có một lão nông, đã già lắm, khi biết mình chẳng còn sống được bao lâu bèn gọi hai người con trai đến và bảo:

– Suốt đời cha đã làm lụng để nuôi các con khôn lớn. Mảnh vườn ta chia đôi cho hai con. Còn ngôi nhà và mọi tài sản khác cha sẽ để lại cho đứa nào mang đến biếu cha món quà quý giá nhất.

형은 정원의 비옥한 절반, 동생은 메마른 나머지 절반을 갖는데 동의하였다. 동생은 정원 구석에 작은 초가집을 짓고 밤낮으로 나무가 잘 자라도록 돌보았다. 그는 생각하였다. "수많은 날과 달을 아버지는 나 때문에 고생하셨어. 나는 과실 나무가 아주 잘 자라도록 돌보고 나서 가장 큰 열매를 골라 아버지께 갖다 드려야 겠어." 그때에 형 또한 생각했다. "나는 장사하러 갈 것이야. 내 주머니는 금과 은으로 가득 찰 것인데 뭐하러 힘들게 손에 흙을 묻힐까."

Người anh chọn ngay nửa vườn tốt, người em bằng lòng với nửa vườn cằn cỗi còn lại. Anh dựng một túp lều nhỏ góc vườn ngày đêm chăm sóc vun tưới cho cây. Anh nghĩ: Biết bao năm tháng cha đã cực nhọc vì ta. Ta hãy chăm bón cho cây trái thật tốt rồi chọn quả to nhất mang đến biếu cha. Trong lúc đó, người anh lại nghĩ: "Ta sẽ đi buôn. Túi ta sẽ đầy vàng bạc. Ta sẽ mua một món quà khắp vùng không ai có. Gia tài sẽ thuộc về ta. Tội gì chân lấm tay bùn cho khổ."

생각한대로 형은 밋나무 몇 자루를 잘라서 나무로 만들어 팔러 갔다. 허리춤에 돈이 생기자 형은 여기저기 다니다 술과 도박에 빠져서 탕진하였고 빈털터리가 되어 고향에 돌아왔다. 동생의 정원에는 나무가 무성하고 향기로운 꽃이 가득하고 싱싱한 열매가 가지에 가득 달려 있어서 형은 동생에게 물었다.

"아버지를 만날 기한이 다가오는데 너는 아버지께 무엇을 드리려고 하니?"

동생은 성실하게 사실대로 말하였다.

Nghĩ sao làm vậy, người anh chặt lấy mấy gốc mít lấy gỗ đem đi bán. Trong lưng đã sẵn đồng tiền, người anh đi ngược về xuôi, rượu chè cờ bạc, buôn bán thua lỗ, đành mang túi không trở về quê hương. Nhìn mảnh vườn của người em cây cối sum sê, hoa thơm ngào ngạt, quả ngọt trĩu cành, người anh hỏi em:

– Đã đến kỳ hạn gặp cha, em định biếu cha thứ gì?

Người em thành thật nói cho anh rõ.

그날 밤에 형은 몰래 동생의 정원에 가서 나열매(번여지과)를 몰래 따가지고 아버지를 만나러 갔다. 다음날 아침 동생 역시 나열매를 가지고 왔다. 나열매가 서로 똑같이 큰 것을 보고, 또 서로 똑같이 맛있는 것을 보고 아버지는 어떻게 판결 결정을 내릴지 몰라서 다시 두 번째로 더 기한을 미루었다.

Tối hôm ấy người anh lén sang vườn người em hái trộm mấy quả na rồi mang đến gặp cha. Sáng hôm sau người em cũng mang na đến. Thấy những quả na to như nhau, nếm thử vị ngon ngọt như nhau người cha không biết phân xử ra sao bèn lui kỳ hạn thêm lần thứ hai.

형은 또 와서 캐물었다.
"이번엔 너는 아버지께 무엇을 드리려고 하니?"

Người anh lại sang dò hỏi:
– Lần này em định biếu cha thứ gì?

동생은 사실대로 형에게 말하였다.
"저는 어렸을 때 아버지가 바나나 껍질만 드시고 알맹이는 우리 형제가 먹도록 남겨 두셨던 것을 기억해요. 지금 저는 몇 달 동안 키운 크고 좋은 바나나 다발을 아버지께 드리려고 해요."

Người em thật thà bảo anh:
– Em nhớ hồi còn bé cha chỉ ăn vỏ chuối còn ruột để dành cho anh em ta. Bây giờ em muốn biếu cha buồng chuối đẹp nhất mà em đã chăm bón mấy tháng nay.

기한이 되었을 때 형은 지난번과 같이 동생의 정원에서 바나나 다발을 몰래 잘라 아버지께 갖다 드렸다. 이번에도 똑같은 바나나 다발을 보고 아버지는 어떻게 결정해야 할지 몰라서 다시 한번 더 기한을 미루었다.

Cũng như lần trước, đến kỳ hạn, người anh cũng tìm cách chặt trộm trong vườn người em một buồng chuối đem đến cho cha. Nhìn buồng chuối của hai anh em như nhau, người cha không biết xử trí sao đành lùi kỳ hạn thêm một lần nữa.

이번에 형은 음모를 꾸밀 생각을 하고 동생이 집을 비울 때 몰래 동생 집에 들어가 모든 칼과 괭이를 가져다 강에 버리고 남아있는 나무를 모두 잘라 버렸다.

"이번에도 아버지께 드릴 선물이 또 있는지 보자."

Lần này người anh nghĩ mưu tính kế, chờ lúc người em đi vắng liền lén sang vơ tất cả dao, cuốc đem vứt xuống sông và chặt đi tất cả những cây cối còn lại.

– Lần này xem thử mày còn gì để biếu cha.

동생이 돌아와 정원의 나무들이 다 잘려 있는 것을 보고 나무 등걸마다 안고 울었다.

"아버지께 무엇을 선물로 드려야 하나? 내가 아버지의 은공을 보답하기 위해서 무엇을 해야 하나? 내가 벼를 심고 콩을 뿌리면 적어도 아버지는 나의 땀과 눈물로 만들어진 빵을 드실 수 있겠지."

Người em trở về thấy mảnh vườn đã bị chặt trụi, anh ôm lấy từng gốc cây mà khóc.

– Ta biết lấy gì để biếu cha? Ta biết làm gì để đền đáp công ơn của cha? Hay ta trồng lúa, gieo đỗ, ít nhất cha cũng được nếm cái bánh do mồ hôi nước mắt của ta làm nên.

동생이 괭이를 찾으니 괭이가 없고 칼을 찾으니 칼도 없었다. 그래도 정원 한 구석에서 잘려진 신 자몽의 가지를 보고 그는 주워서 호미로 만들어 땅을 파고 하루 종일 밤낮으로 일을 했다. 그의 두 손이 부르텄다. 또한 자몽의 가시 때문에 피가 났다. 아프기도 하고 피곤하기도 하여 동생은 쓰러져 잠이 들었다. 그가 깨었을 때는 날이 이미 밝아 있었다. 그가 계속 땅을 파려고 하자 신기하게도 옆에 쥐고 있던 그의 땀과 피가 범벅이 된 자몽 나무에서 뿌리가 생기고 싹이 텄다. 그래서 정원에는 다시 자몽 나무가 자라났다.

Người em đi tìm cuốc, cuốc không có. Người em đi tìm dao, dao cũng mất tăm. Chợt nhìn thấy một cành bưởi chua bị chặt vứt ở góc vườn, anh nhặt lấy thay thuổng bới đất làm suốt ngày sang đêm. Hai bàn tay anh phồng rộp. Gai bưởi làm anh rớm máu. Vừa đau đớn vừa mệt nhọc, người em gục xuống thiếp đi. Khi anh tỉnh dậy thì trời đã sáng. Anh định tiếp tục xới đất thì lạ chưa, cành bưởi đẫm máu và mồ hôi của anh cầm bên cạnh tự nhiên đâm chồi nảy lộc. Thế là vườn lại có cây bưởi.

동생은 물을 짊어지고 와서 나무에 물을 주었다. 겨우 이틀 만에 나무는 꽃을 피웠다. 이틀이 더 지나자 그 열매가 주먹만 해졌다. 그리고 자몽은 바람처럼 빨리 커졌다.

Người em đi gánh nước về tưới cho cây, chỉ hai ngày sau cây đã trổ hoa. Hai ngày nữa quả đã bằng nắm tay. Và cứ thế bưởi lớn nhanh như thổi.

기한이 되었을 때 형은 건들건들거리며 동생을 만나러 왔다.
"이번에 너는 아버지께 무엇을 드리려고 하니?"

Đến kỳ hạn người anh khật khưỡng sang gặp em:
– Lần này em định biếu cha thứ gì?

동생은 자몽나무를 올려다 보고, 늙으신 아버지가 신 맛을 드셔야 하는 것을 안타깝게 생각했다.

Người em nhìn lên cây bưởi, thương cha cuối đời còn phải nếm vị chua.

형은 신나서 돌아갔다.
"나의 정원의 자몽은 너의 두 배나 크다. 이번엔 재산이 누구 손에 들어가나 보자."

Người anh hí hửng trở về.
– Bưởi vườn tao to gấp đôi của mày. Lần này thử xem gia tài thuộc về ai.

다음날 아침 같은 시간에 두 사람은 열매를 가지고 왔다. 형은 아주 큰 자몽 열매를 가지고 와서 아버지 앞에 놓았다.
"아버지를 사랑했기 때문에 저는 이같은 자몽 열매를 얻기 위해서 밤낮 쉬지 않고 열심히 일했어요. 이번에는 아버지가 재산 소유권을 가질만한 사람이 누구인지 말씀해주세요."

Sáng hôm sau cả hai người cùng đem quả đến một lúc. Người anh ôm quả bưởi rất to đặt trước mặt cha.

– Vì thương cha, con đã vất vả ngày đêm để có được quả bưởi như thế này. Lần này cha hãy nói cho con biết ai là người xứng đáng được hưởng gia tài.

아버지는 두 아들에게 자신의 자몽을 자르게 하고 맛을 보았다.

동생은 아버지의 말에 복종하여 자신의 자몽 열매를 둘로 나누었다. 형은 그것이 자신의 자몽과 완전히 다른 것을 보고 놀랐다. 껍질에 붙어있는 과육으로부터 속 알맹이까지 똑같이 붉은 한 색이었다. 맛을 보니 달고 시원하며 은근한 향기가 났다.

Người cha bảo hai con bổ quả bưởi của mình ra để nếm thử.

Người em vâng lời bổ đôi quả bưởi của mình. Anh ngạc nhiên thấy bưởi của mình khác hẳn. Một màu hồng từ cùi đến ruột. Nếm thử, vị ngọt thanh, thơm dịu.

아버지는 둘째 아들의 부르터지고 거칠어진 양손을 잡고 한참 바라보며 감동을 받았다.

"아버지에 대한 너의 마음은 이 자몽의 복숭아 색처럼 달고 따뜻하구나. 누구라도 인자한 마음을 가지고 두 손으로 열심히 일을 하면 그 사람은 세상에서 가장 행복하고 부유한 사람이 될 것이다."

Người cha cầm lấy đôi bàn tay sần sùi, chai sẹo của người em, ngắm nghía, xúc động:

– Lòng con đối với cha ngọt và ấm như màu đào của bưởi. Khi một người có tấm lòng nhân hậu, có đôi bàn tay lao động, người ấy sẽ là người giàu có và hạnh phúc nhất trên đời.

동생은 아버지께 형에게 재산을 물려주라고 청했다. 그리고 자신은 돌아가 옛날의 정원을 돌보았다.

Người em xin cha nhường gia tài cho người anh. Còn mình, anh trở lại trở về với góc vườn cũ.

브어이 다오 나무는 그때부터 생겨났다. 그 종류는 동생에 의해 번식되었고 전국으로 퍼졌다. 사람들이 브어이 히우(효도 자몽)라고 부르는 곳도 있다. 어느 집이나 성실하고, 바르고, 신의가 있고, 인정이 있는 삶을 서로 일깨우기 위하여 브어이 다오 나무를 심기를 원했다.

Cây "Bưởi Đào" có từ lúc ấy. Giống nó được người em nhân lên và lan đi khắp nơi. Có nơi người ta còn gọi là "Bưởi hiếu". Nhà nào cũng muốn trồng một cây bưởi Đào để nhắc nhở nhau sống phải thật thà ngay thẳng, sống có nghĩa, có tình.

그런데 형은 게으르고 이기적인 사람이라, 부모가 남겨준 재산을 다 탕진하고 창피하여 어디론가 종적을 감춘 후에 다시는 고향에 돌아오지 못했다고 한다.

Còn người anh, kẻ lười biếng và ích kỷ, nghe đâu sau khi phá hết gia tài của cha mẹ để lại đã xấu hổ bỏ đi mất tích không bao giờ dám quay trở về làng nữa.

비타민 C가 많고 콜레스테롤을 줄여서 암 예방에도 도움이 된다고 한다.

4. Sự tích mâm Ngũ Quả

오과 쟁반의 유래

중부지방의 오과쟁반

고대의 유물설에 따르면 모든 만물은 "금속(금), 나무(목), 물(수), 불(화), 땅(토)"등을 포함하는 애초의 다섯 요소로 형성되어 있고 오행이라고 불렀다. 이와 같은 사상은 동방 여러 민족들의 문화 생활 속에 깊이 스며들었고 베트남 사람들이 설날 제사상에 올려놓는 "오과" 쟁반의 습속 또한 이와 같은 사상이 표현된 하나의 예이다.

Theo thuyết duy vật cổ đại, tất cả mọi vật chất, đều được tạo nên bởi năm yếu tố ban đầu gồm: kim loại (kim), gỗ (mộc), nước (thủy), lửa (hỏa) và đất (thổ) - gọi là ngũ hành. Tư tưởng này xâm nhập sâu sắc vào đời sống văn hóa của các dân tộc phương Đông. Tục lệ mâm Ngũ Quả trên bàn thờ ngày tết của người Việt Nam là một trong những biểu hiện của tư tưởng này.

오과 쟁반은 서로 다른 다섯 종류의 과일로 구성된다. 자연의 특성과 풍속습관, 관념에 따라 각 지역의 사람들은 서로 다른 의미를 지닌 특징이 있는 과일들을 택하였다. 동방 철학에 따르면 오과 쟁반은 서로 다른 다섯 개의 색깔을 가진 다섯 종류의 과일이 있어야 한다.

Mâm Ngũ Quả là mâm trái cây có năm loại quả khác nhau. Tùy theo đặc điểm tự nhiên, phong tục tập quán và quan niệm, người dân mỗi vùng, miền có cách lựa chọn các loại quả đặc trưng mang ý nghĩa riêng. Nếu theo triết lý phương Đông thì mâm ngũ quả phải có năm loại quả với năm màu khác nhau.

우선, 녹색 바나나는 봄(목행)에 해당한다. 손바닥이 위로 향한 것 같은 바나나의 다발은 단 열매를 맺기 위하여 봄의 가장 왕성한 정수들을 뽑아 받는다는 것이다. 그것은 또한 둘러싸고 보호하는 뜻을 가지고 있다.

Đầu tiên là chuối xanh - ứng với mùa xuân (hành mộc). Nải chuối như bàn tay ngửa, hứng lấy những gì tinh túy nhất của mùa Xuân để đọng thành quả ngọt; nó còn có ý nghĩa che chở, bao bọc.

두 번째 토행을 상징하는 노란색의 불수과는 바나나 다발 속의 가운데에 놓는데 불수는 열 손가락과 같은 열 개의 알맹이가 모여 있는 과일 종류이기 때문에 사람들은 부처님의 손이라고 부른다. 불수는 부처님과 하늘에 의해서 복록을 받기를 소망하는 기원과 더불어 제사상에 올려진다. 만약 불수를 찾지 못하면 역시 비슷한 뜻을 가지고 있는 노랗게 잘 익은 브어이 (자몽) 열매로 대신할 수 있다.

Thứ hai là quả Phật Thủ màu vàng - tượng trưng cho hành thổ nên được đặt ở giữa, trong lòng nải chuối. Phật Thủ là loại quả có mười cánh múi chụm lên như 10 ngón tay nên dân gian gọi là tay Phật. Phật Thủ được trưng bày lên bàn thờ với niềm cầu mong được bàn tay Phật trời ban phúc lộc. Nếu không tìm được Phật Thủ, có thể thay bằng quả Bưởi chín vàng, cũng mang ý nghĩa tương tự.

다음으로 고추, 오렌지, 익은 귤, 루쿠마열매, 홍시와 같은 붉은 색(여름에 해당, 화행)을 가진 서로 다른 세 종류의 과일……; 러이와 복숭아와 같은 흰색(가을에 해당, 금행), 먼(자두)과 홍시엠과 같은 검은색(겨울에 해당, 수행)이 있다.

Tiếp theo, ba loại quả khác có màu đỏ (ứng với mùa hạ - hành hỏa) như ớt sừng, cam, quýt chín, quả trứng gà, hồng…..; màu trắng ứng với mùa thu - hành kim) như roi, đào; màu đen (ứng với mùa đông - hành thủy) như mận, hồng xiêm.

오과쟁반은 설날의 광경과 제사의 분위기를 더욱더 따뜻하고 화려하게 만들고, 철학과 신앙, 미학의 뜻을 생동감 있게 표현하는 동시에 인간의 희망을 담고 있다.

Mâm Ngũ Quả làm cho quang cảnh Tết và không khí thờ cúng thêm ấm áp, rực rỡ mà hài hòa; thể hiện sinh động ý nghĩa triết học, tín ngưỡng, thẩm mỹ, đồng thời cũng chứa đựng ước vọng của con người.

이어서 남부 사람들의 오과 쟁반에는 망꺼우(mãng cầu), 즈어(dừa; 야자), 두두(đu đủ; 파파야), 쏘아이(xoài; 망고), 숭(sung; 무화과)이 보통 포함되며 이는 "적당한 소원을 빌고 부유하게 쓰기를 빈다"("Cầu vừa đủ xài sung")를 뜻한다. 받침은 견고함을 표현하는 세 개의 파인애플이며 그 외에 수박을 빼놓을 수는 없다. 수박의 붉은 속과 푸른 껍질은 남부 사람들의 충의와 정절을 상징한다.

Theo đó, mâm Ngũ quả của người dân Nam Bộ thường có các loại quả mãng cầu, dừa, đu đủ, xoài, sung, ứng với câu: "cầu vừa đủ xài sung"; thêm "chân đế" là ba trái thơm (Dứa) thể hiện sự vững vàng. Ngoài ra, không thể thiếu cặp dưa hấu. Dưa hấu ruột đỏ vỏ xanh, tượng trưng cho lòng trung nghĩa và trinh tiết của người dân phương Nam.

남부지방의 오과쟁반

비록 각 지방이 서로 다르지만 설날 제사상 위의 오과 쟁반에 과일을 모으는 것은 열매의 영혼, 나무의 향기, 민족의 전통문화가 모여진 것이고, 베트남 민족의 평화와 평안과 풍족한 삶의 기원의 뜻을 담고 있다. 최근에 국민들의 삶의 수준이 향상되고, 경제 교류가 활성화되고, 문화가 나날이 확장되면서 설날의 오과는 더 이상 다섯 개의 열매가 아니라, 서로 색이 다르고 모양이 다양한 6~7개, 10개까지도 되었지만, 여전히 서로 다른 모양으로 각 지역마다 민중들의 관념을 따르고 있다.

Tuy mỗi miền mỗi khác, nhưng tựu trung mâm ngũ quả trên ban thờ ngày Tết vẫn là nơi hội tụ của hồn quả, hương cây, của nếp văn hóa dân tộc và ý nghĩa ý nguyện cầu hòa, an, đủ của người dân Việt. Nhiều năm gần đây, khi mức sống người dân ngày càng được nâng cao, giao lưu kinh tế, văn hóa cũng ngày được mở rộng, mâm Ngũ Quả ngày Tết không còn chỉ gồm năm loại trái mà đã trở thành lục, thất.... thập quả, với đủ sắc màu, kiểu dạng. Song, vẫn có những điều không khác, theo quan niệm của người dân từng vùng, miền.

북부지방의 오과쟁반

만약 북쪽이라면 오과 쟁반이 눈에 보기에 예쁘기만 하면 거의 모든 종류의 과일, 맵고 쓴 맛을 지닌 고추조차도 제사상 위에 올려 놓을 수 있다. 남쪽에서는 또한 금기가 있다. 남쪽 지역의 오과쟁반은 바나나가 없다. 왜냐하면 이 과일을 부르는 이름이 어렵고 위험함의 뜻을 나타내는 쭈이라는 말과 유사한 발음 소리가 있기 때문이다. 오렌지 역시 설날 오과쟁반에 놓아서는 안 된다. 왜냐하면 뀟람깜찌우(Quýt làm cam chịu; 귤이 하고 깜이 받는다)라는 말 때문이다.

Nếu như ở miền Bắc, hầu như tất cả các loại quả đều có thể bày bàn thờ, kể cả quả ớt mang vị cay đắng, miễn sao mâm ngũ quả trông đẹp mắt là được; thì người miền Nam lại có sự kiêng cữ. Mâm Ngũ Quả của người miền Nam không bao giờ có chuối, vì loại quả này tên gọi có âm giống từ "chúi", thể hiện sự nguy khó. Quả cam cũng không được có mặt trong mâm ngũ quả ngày tết, vì câu "quýt làm cam chịu"..........

설날 가정의 제사상에 오과 쟁반을 놓는 것은 베트남 민족의 독특한 민족문화 전통을 유지하는 의미이다. 그래서 베트남 사람들은 어느 지방을 막론하고 음력 설날이 오면 자신과 후손들에게 자신들의 근원을 상기시키듯이 이와 같은 습속을 여전히 버리지 않고 있다.

Chưng bày mâm Ngũ Quả trên bàn thờ của gia đình trong những ngày Tết mang ý nghĩa giữ gìn bản sắc văn hóa dân tộc độc đáo của dân Việt. Chính vì vậy, người dân Việt dù ở phương trời nào, đến ngày Tết cổ truyền vẫn không bỏ qua tục lệ này, như một sự nhắc nhở, cho bản thân và cho con cháu về cội nguồn của mình.....

5. Truyền thuyết về trái Đào

복숭아 열매의 유래

오래전에 중국 북쪽 지역에 있는 높은 산꼭대기에 외떨어진 작은 마을이 있었는데 단지 몇몇 가족만이 그곳에서 살고 있었다. 그 마을 안에 인정이 많고 용감한 다오 뜨(Đào tử)라는 한 남자가 있었다. 마을 안의 모든 사람들은 그 젊은이를 좋아했다. 역시 그 마을 안에 띠에우미(Tiểu Mỹ)라는 한 아가씨가 살고 있었다. 띠에우미는 예쁘고 총명하고 또한 악기 연주와 노래도 뛰어났다.

Lâu lắm rồi ở miền Bắc Trung Quốc nọ có một làng nhỏ nằm heo hút trên một ngọn núi cao, chỉ có vài gia đình sống ở đó. Trong làng ấy có một chàng trai dũng cảm với tấm lòng nhân hậu tên là Đào tử. Mọi người trong làng đều rất yêu mến chàng. Cũng ở trong làng ấy có một cô gái tên là Tiểu Mỹ. Tiểu Mỹ xinh đẹp, thông minh lại đàn hay hát giỏi.

다오뜨는 띠에우미를 자신의 동생처럼 여겼다. 그들은 자주 함께 이야기하였고 노래도 불렀고, 언제부터인지 모르게 서로 사랑하게 되었다. 띠에우미와 다오뜨는 서로 매우 사랑했지만 불행하게도 띠에우미는 본래 선녀였기 때문에 얼마 오래지 않아 하늘로 돌아가야만 했다.

Đào Tử coi Tiểu Mỹ như em gái mình. Họ hay cùng nhau nói chuyện và ca hát, dần dần họ yêu nhau từ lúc nào cũng không hay. Tiểu Mỹ và Đào Tử yêu nhau lắm nhưng khổ một nỗi Tiểu Mỹ lại là một nàng tiên và chẳng bao lâu nữa sẽ phải về trời.

띠에우미는 다오뜨를 몹시 사랑해서 그 젊은이가 마음이 아픈 것을 원하지 않았기 때문에 어느 날 띠에우미는 냉정하게 다오뜨에게 말했다.

"실제로 내가 사랑하는 사람은 아주 용감한 사람이어야 해요. 그러나 당신이 나의 감정을 이기지 못하는 것은 당신이 정말 용감한 사람이 아니라는 것을 나타내는 거에요. 언제라도 당신이 정말 용감한 사람이 되면 저는 당신에게 돌아올 거에요."

Do Tiểu Mỹ rất yêu Đào Tử nàng không muốn làm chàng đau khổ cho nên một hôm Tiểu Mỹ lạnh lùng nói với Đào Tử rằng:

– Thực ra người mà em yêu phải là người cực kỳ dũng cảm, nhưng anh lại không khống chế nổi tình cảm của em, điều này cho thấy anh không phải là người dũng cảm nhất. Khi nào anh trở nên dũng cảm nhất em sẽ quay lại với anh.

그리고 나서 그때부터 그들은 더 이상 서로 만나지 않았다.

Thế rồi từ đó họ không gặp nhau nữa.

띠에우미의 말은 다오뜨의 마음에 깊게 새겨졌다. 그 젊은이는 진퇴양난에 빠졌다. 띠에우미를 사랑하는데 그녀는 사랑하지 않는다, 다오뜨는 잊으려고 애를 쓰지만 잊을 수가 없었다. 젊은이의 가슴은 어떤 때는 쿵쾅거리고 어떤 때는 얼어붙었다. 젊은이의 얼굴에는 점점 핏기가 없어지고, 젊은이의 심장은 굳어졌다.

Lời nói của Tiểu Mỹ in sâu vào trong lòng Đào Tử. Chàng ở vào thế tiến thoái luỡng nan: Yêu Tiểu Mỹ nhưng nàng không yêu, cố quên nàng đi nhưng không quên nổi. Trái tim chàng lúc đập rộn ràng lúc thì băng giá. Khuôn mặt chàng đã mất dần màu máu, trái tim chàng đã bị cứng lại.

어느 날 그들은 우연히 서로 만났고, 다오뜨는 띠에우미에게 자신의 아픔을 하소연하며 말했다. "나의 심장은 얼어서 말랐어요. 나는 당신을 몹시 사랑해요. 내가 당신을 사랑한 만큼 심장이 굳었어요. 나는 당신이 나를 사랑하지 않는다는 것을 믿지 않아요. 나는 당신의 심장이 사랑 때문에 얼어붙어 있는 것이 맞는지 단지 보고 싶을 뿐이에요".

Một hôm họ tình cờ gặp nhau, Đào Tử nói cho Tiểu Mỹ nỗi đau khổ của mình, chàng nói với Tiểu Mỹ: "Trái tim anh đã băng giá và khô cứng. Anh rất yêu em, anh yêu em bao nhiêu thì tim cứng bấy nhiêu. Anh không tin là em không yêu anh, anh chỉ muốn xem xem: trái tim em có phải vì tình yêu mà cũng băng giá".

이 세상의 삶이 이 두 남녀에게는 더 이상 의미가 없었다. 그래서 그들은 자신의 심장을 서로에게 보여 주고 함께 죽었다.

Sống trên cõi đời này không còn ý nghĩa gì đối với đôi trai gái này cho nên họ cùng móc trái tim của mình ra cho nhau xem và cùng chết.

마을 사람들은 남녀 한 쌍의 정에 감동하여 두 사람을 함께 묻어주었다. 그날 밤 내내 한차례의 큰 비가 내렸고, 마을 사람들은 큰길 밖에서 누군가 이야기하는 소리를 들었으나 어느 누구도 감히 무슨 일인지 나가보지 못했다.

Người dân cùng làng vì cảm động trước mối tình của đôi trai gái cho nên đã chôn hai người cùng với nhau. Cùng đêm đó có một trận mưa lớn suốt đêm, dân làng nghe thấy có tiếng nói chuyện ở ngoài đường cái nhưng chẳng ai dám ra xem là có chuyện gi.

그리고 다음 날, 두 남녀의 무덤 위에 작은 나무가 자라났는데 그 나무 위에는 연분홍색의 작은 꽃들이 가득했다. 다오뜨의 시체가 나무로 변한 것이었다. 마을 사람들은 용감한 젊은이 다오뜨를 기리기 위하여 그 나무에 젊은이의 이름을 붙였다.

Thế rồi sáng hôm sau, trên ngôi mộ của đôi trai gái mọc lên một cái cây nhỏ, trên cây mọc đầy những bông hoa nhỏ màu hồng nhạt. Hoá ra là xác của Đào Tử mọc thành cái cây. Dân làng vì để tưởng nhớ tới Đào Tử chàng trai dũng cảm đã lấy tên chàng đặt cho cái cây ấy.

그리고 띠에우미 그녀는 분홍색의 꽃들이 되었다. 죽은 후에 그녀의 영혼이 하늘로 날아갔지만 그녀는 여전히 속세에서 정과 더불어 떠돌고 있었다. 그의 사랑에 감동받은 서왕모 마마는 아가씨에게 사랑을 상징하는 도화마마라는 이름을 붙여 주었다.

Còn về Tiểu Mỹ, nàng đã hoá thành những bông hoa màu hồng ấy. Sau khi chết linh hồn của nàng bay về trời nhưng nàng vẫn còn lưu luyến với mối tình ở dưới trần gian. Vương mẫu nương nương cảm động trước tình cảm ấy đã phong cho nàng cái tên Đào hoa nương nương tượng trưng cho tình yêu.

그해 여름에 그 나무 위에는 하트 모양을 가진 열매들이 서로 붙어서 가득 맺혔다. 이 이야기를 아는 사람들은 복숭아 나무가 아플까봐 붉은 색을 지닌 복숭아 열매가 부드러워질 때까지 기다렸다가 그때 비로소 먹는다. 그래서 복숭아 열매 속에는 돌로 변한 심장을 보호하기 위한 단단한 씨앗이 하나 있다. 그때부터 사람들은 복숭아 꽃을 사랑을 상징하는 꽃으로 여기고, 복숭아 나무로 만든 목재는 귀신을 쫓는 부적으로 사용하게 되었다.

Hè năm đó, trên cái cây ấy kết đày những quả có có hình trái tim gắn liền với nhau. Những người biết câu chuyện này thường sợ cây Đào đau cho nên họ đợi cho quả Đào có màu đỏ và trở nên mềm thì mới ăn. Kỳ thực trong quả Đào còn có một cái hạt cứng bảo vệ trái tim đã hoá đá. Từ năm đó trở đi người dân ở đây coi hoa Đào là loại hoa tượng trưng cho tình yêu, gỗ của cây Đào dùng làm bùa tránh tà.

6. Sự tích quả Roi

러이 열매의 유래

옛날 옛날에 어떤 선생이 잘 가르치고 어진 성품으로 이름이 났다. 한 번은 공부하러 온 세 명의 젊은이가 있었다. 두 명은 가난한 집안이었고, 한 명은 부잣집 출신이었다.

Ngày xưa, xưa lắm có một ông thầy nổi tiếng là dạy giỏi và hiền lành. Lần ấy có ba người trẻ tuổi đến xin ông nhận vào học. Hai anh là con nhà nghèo, một anh là con nhà giàu.

실제로 부잣집 아들은 조금도 공부를 하고 싶어하지 않았다. 집안이 잘 살 수 있는 충분한 부자임을 알았기 때문이다. 그러나 그의 아버지는 그가 몇 글자라도 공부를 하고 뇌물을 주면 그가 시험에 합격할 수 있고, 큰 벼슬을 할 수 있다고 여겨 그에게 억지로 공부를 시켰다. 원래 부자인데다가 큰 벼슬까지 얻으면 진짜 행복하겠다고 생각했다.

Thật ra cái anh con nhà giàu này không muốn học một tí nào. Vì anh ta thấy giàu đã thừa đủ để sung sướng rồi. Nhưng bố anh ta bắt ép phải học để may ra kiếm được vài chữ, rồi khéo chạy chọt thì anh ta có thể thi đỗ và ra làm quan to. Đã giàu lại làm quan to thì lúc đó mới thật là sung sướng.

스승이 젊은이 세 명을 공부하도록 받아들일 때 그들에게 이야기하였다.
"나에게 공부를 배우려면 일단 좋은 것, 아름다운 것부터 배운 후에야 나중에 글씨를 배울 것이다. 공부를 잘하면 칭찬을 받고 공부를 못 하면 벌을 받는다. 회초리로 때리지는 않겠다. 나는 회초리를 대신하는 소라가 있기 때문에 이것을 회초리 소라라고 부른다. 이 소라는 스스로 공평하게 칭찬하고 비판한다. 공부를 잘하면 등잔불처럼 밝아지고 성공을 도와줄 것이다. 공부를 못 하면 숯처럼 까매지고 구석에 버려질 수 밖에 없다."

Lúc nhận vào học, ông thầy nói trước với ba người trẻ tuổi:
– Học tôi thì phải học cái hay, cái tốt, trước rồi sau mới học cái chữ, cái nghĩa. Học giỏi thì được khen. Học kém thì bị phạt. Tôi không phạt bằng roi. Tôi có con ốc này thay cho roi nên tôi gọi nó là con ốc roi. Tự nó sẽ khen và chê rất công bằng. Học giỏi thì nó sáng lên như đèn và sẽ giúp cho các con thành đạt. Học kém thì nó đen dần lại như than và chỉ có đem vứt xó.

말을 끝내고 스승은 각 세 명에게 새끼 발가락만한 회색의 회초리 소라를 하나씩 주고 목에 줄을 매어 달도록 하고 계속 이야기하였다.

"세상에는 세 개의 학문 덕목이 있으나 나는 하나만 알고 있어서 나의 학문 덕목을 배우고 나면 다른 선생을 찾아서 더 배워야 한다."

Nói xong, ông thầy trao cho mỗi người một con ốc roi màu xám, to bằng ngón chân út và bảo buộc dây đeo vào cổ. Ông thầy nói tiếp:

– Thiên hạ có ba bồ chữ, nhưng tôi thì chỉ được có một bồ. Học hết bồ chữ của tôi, các anh đi tìm thầy khác mà học thêm.

세 명의 학생이 일 년 동안 공부를 하고 나자 세 개의 소라가 완전히 서로 다른 색깔로 변하였다. 가난한 두 명의 남자 목걸이에 달린 소라는 나날이 밝아져서 하나는 흰 색, 하나는 분홍색이 되었다. 그런데 부자 아들의 소라는 계속 까매지고 짙은 검은 색이 되었다…

Ba người học trò học được một năm thì ba con ốc đã đổi thành ba màu khác hẳn. Hai anh con nhà nghèo thì con ốc đeo ở cổ ngày càng sáng ra, một con màu trắng, một con sáng hồng. Còn con ốc của anh con nhà giàu thì cứ đen dần và ngày càng đen thẫm lại....

가난한 두 명의 남자는 생계를 잇는 일을 하면서 공부를 하러 다녔다. 두 사람은 공부도 잘하고 또한 모든 사람에게 친절하고 예의 바르게 대할 줄 알았다. 반면 부잣집의 남자는 주색에 빠져있기 때문에 공부를 해도 금방 까먹고 모든 사람에게 무례하고 건방지게 대했다. 심지어는 선생님조차 비난하였다.

"그 늙은이는 단지 하나의 학문 덕목만 가지고 있을 뿐이야, 나는 공부하고 싶지 않아! 앞으로 나의 아버지가 세 개의 학문 덕목을 가진 선생을 모시고 올 거야!"

Hai anh con nhà nghèo vừa làm thuê kiếm sống vừa đến học thầy. Hai anh học giỏi lại biết đối xử với mọi người rất tử tế và lễ độ. Còn anh con nhà giàu thì cứ học đâu quên đấy vì anh mải say mê rượu chè, trai gái và đối xử với mọi người thì anh ta hỗn láo, xấc xược. Ngay cả với thầy, anh ta cũng chê:

– Lão ta chỉ có một bồ chữ, tao thèm học làm gì! Nay mai bố tao sẽ mời thầy có đủ ba bồ chữ về dạy!

가난한 집안의 두 젊은이 소라가 등불처럼, 옥처럼 점점 밝아지고 아름다워진 반면 자신의 소라는 점점 까매지고 어두워지자 그는 다른 두 젊은이를 질투하고 선생을 원망했다. 그는 즉시 선생에 대한 나쁜 이야기를 꾸며서 아버지에게 고자질했다.

"그 늙은이가 말하길 어리석은 아버지 때문에 내가 공부를 못한다고 하고 아버지의 온 몸을 뒤져도 한 글자는 커녕 반 글자도 찾을 수 없다고 했어요."

Thấy ốc của hai anh con nhà nghèo sáng ra, đẹp lên như đèn, như ngọc, còn ốc của mình cứ đen dần, tối lại, anh ta vừa ghen tức với hai anh kia vừa căm giận ông thầy. Anh ta liền về bịa chuyện nói xấu ông thầy và mách với bố:

– Lão ta nói con học kém vì bố ngu dốt, mò khắp người bố cũng không kiếm được lấy nửa chữ, chứ đừng nói là một chữ!

부자는 몹시 화가 나서, 자신의 아들이 공부를 해도 성과가 없을 것으로 생각하고 즉시 말했다.

"좋아! 선생이 내 손에 어떻게 될지 두고 보자!"

Lão nhà giàu giận lắm, lại nghĩ rằng con mình có học cũng không ra gì bèn nói:

– Được! Để rồi lão sẽ biết tay tao!

삼일 후에 부자는 선생의 집을 불태우기 위해 사람을 보냈고, 아들에게는 선생이 집과 통째로 타 죽도록 도망가지 못하게 문에서 서서 지키게 했다.

Ba ngày sau lão sai người đến đốt luôn nhà ông thầy và bảo thằng con đứng canh ở cửa không cho ông thầy chạy ra để ông chết cháy với ngôi nhà một thể.

그러나 가난한 집안의 두 젊은이는 죽음을 무릅쓰고 들어가 한 사람은 선생을 업고 한 사람은 책을 짊어지고 나왔다. 책을 짊어지고 나올 때, 모든 사람들은 선생이 학문의 덕목을 조금밖에 가지고 있지 않다고 했으나 실제로는 선생이 천하의 모든 학문을 다 가지고 있었음을 확실히 알게 되었다.

Nhưng hai anh học trò nhà nghèo đã liều chết xông vào, một anh cõng thầy, một anh cõng sách. Lúc cõng sách ra, mọi người mới thấy rõ là thầy đã nói ít đi chứ thật ra ông có đủ cả ba bồ chữ lớn của thiên hạ.

선생을 구한 후 두 젊은이는 선생을 부양하면서 계속 자신들에게 공부를 가르쳐달라고 하기 위하여 자기 집으로 모시고 갔다. 가난한 집안의 두 젊은이의 소라는 그때부터 옥처럼 더욱더 밝아졌다. 부자 아들의 소라는 숯 덩어리처럼 까매졌다.

Cứu được thầy, hai người lại rước luôn thầy về nhà mình để vừa nuôi thầy, vừa nhờ thầy dạy tiếp. Hai con ốc của hai anh học trò nghèo từ đó càng sáng rực lên như ngọc. Còn con ốc của thằng con lão nhà giàu thì đen ngòm như một hòn than xì.

다음 날, 화를 참지 못하고 부자 아들은 즉시 소라를 떼어 내서 연못에 던져 버렸다. 갑자기 그의 가슴에 소라가 달려있던 자리가 아프고 쑤셔서 그는 쓰러져 구르고 피를 토하며 죽었다.

Ngày hôm sau không nén được cơn giận, nó liền bứt con ốc ra và vứt luôn xuống ao. Ngực nó bỗng đau nhói lên ở chỗ con ốc hay nằm trước kia và liền đó, nó ngã lăn ra, hộc máu chết ngay tức khắc.

부자는 겁이 나고 화도 나서 즉시 죄를 묻기 위해 선생을 불러오도록 그 집으로 사람을 보냈다. 집에 도착한 하인은 가난한 두 제자와 얘기를 하고 있는 선생을 마침 보았다. 원래 사악하고 교활한 부자의 하인은 아무도 보이지 않는 곳에 숨어서 몰래 엿들었다. 그는 선생이 묻고 있는 것을 들었다.

"너희 둘의 소라가 왜 하나는 흰색이고 다른 하나는 분홍색인지 선생에게 확실하게 말해 보아라."

Lão nhà giàu vừa sợ, vừa giận, liền cho một tên tay sai đi gọi thầy tới nhà để nó hỏi tội. Tên tay sai tới nhà thì vừa gặp lúc ông thầy đang nói chuyện với hai anh học trò nghèo. Vốn là một tên ranh ma, xảo quyệt, nó liền nấp vào một chỗ kín và rình nghe. Nó nghe ông thầy đang hỏi:

– Hai con hãy nói thật cho thầy rõ vì sao ốc của hai con, con này sáng trắng, con kia lại sáng hồng!

두 명의 제자가 당황하여 서로 쳐다보고 함께 대답하였다.

"선생님, 저희들도 어떻게 된 연유인지 모릅니다!"

Hai anh học trò bối rối nhìn nhau rồi cùng đáp:

– Thưa thầy, chúng con cũng không hiểu vì sao ạ!

선생은 웃으며 키가 더 작은 제자에게 얘기하였다.

“되었다. 너는 더 이상 선생에게 숨기지 말아라. 그 소라가 이미 선생에게 다 얘기했다. 너는 남자로 분장한 여자가 맞지?”

Ông liền cười và nói với cái anh người nhỏ bé hơn:

– Thôi, con đừng giấu thầy nữa. Ốc nó đã nói hết với thầy rồi. Có phải là con là con gái giả trai không?

그 제자는 안색이 변하고 한참 후에야 비로소 인정을 하였다.

“선생님, 여자는 과거를 보러 갈 수 없는 나라의 법도 때문에 제가 어쩔 수 없이 그렇게 하였습니다. 선생님께서 용서해 주십시오!”

Người học trò kia tái cả mặt lại và mãi một giây lâu mới dám thú nhận:

– Thưa thầy, vì phép vua không cho con gái đi thi nên con đành phải làm như vậy... Xin thầy xá tội cho con!

선생이 보고 얘기하였다.

“나는 잘 알고 있다. 그러나 만약 이와 같은 일이 탄로나면 너는 죄를 받아 참수를 당하게 될 것이다. 나 또한 역시 살 수 없을 것이다!”

Ông thầy liền nói:

– Thầy biết lắm. Nhưng nếu việc này để lộ ra thì con sẽ bị tội chém đầu, mà thầy cũng không sống nổi!

세 명의 사제가 서로 조용히 쳐다보았다. 선생은 갑자기 이어서 말을 하였다.

"그러나 나는 너희 둘이 재주가 훌륭하고 또한 큰 뜻을 가지고 있음을 알고 있다. 이같은 이유 때문에 나는 이 일을 숨기고 너희 둘이 공부를 계속하도록 할 것이다. 나는 앞으로 너희 둘이 이 세상에 크게 이로운 일을 할 것으로 믿는다."

Ba thầy trò im lặng nhìn nhau. Ông thầy bỗng nói tiếp:
– Tuy vậy, thầy biết hai con là người tài giỏi, lại có chí lớn. Vì lẽ đó, thầy sẽ giấu kín việc này và hai con cứ việc học tiếp. Thầy tin là sau này hai con sẽ giúp được ích lớn cho đời....

부자의 하인은 일의 전말을 듣고 즉시 집으로 달려가 부자에게 고해 바쳤다. 부자는 그 사제들을 징벌할 방법이 있음을 알고 매우 기뻐했다.

Tên tay sai lão nhà giàu nghe được đầu đuôi câu chuyện liền chạy tức tốc về nhà mách ngay với chủ. Lão nhà giàu mừng rỡ vì đã có cách trị tội mấy thầy trò nhà kia.

다음 해 가난한 집의 두 제자는 경성에 과거 시험을 치러 올라갔다. 남자로 분장한 여자가 장원을 하였고, 남자 제자는 2번째로 합격하였다. 금방에 합격자 명단이 달리자 부자는 사람을 시켜 왕에게 세 명의 스승과 제자는 감히 왕의 명령을 거역하고 왕을 속였다고 아뢰었다.

Năm sau, hai người học trò nhà nghèo lên kinh đi thi. Người con gái giả trai đỗ nhất. Người con trai đỗ nhì. Bảng vàng vừa treo lên thì tên nhà giàu cũng đã kịp nhờ người tâu với vua là ba thầy trò nhà kia đã dám chống lại lệnh vua và dám lừa gạt nhà vua.

다행히 궁 안에 말을 돌보는 노인이 있었다. 그는 악독한 왕과 탐관오리들을 매우 싫어하였기 때문에, 장원과 2등을 한 두 명의 가난한 제자들에게 안 좋은 일이 곧 생길 것을 알려주었다.

Cũng may là ở trong cung, có một cụ già giữ ngựa. Cụ rất ghét tên vua ác độc và lũ quan tham những nên cụ nhờ người tin cho hai người học trò nghèo vừa đỗ nhất và nhì biết chuyện không hay sắp xảy ra.

두 명은 빨리 도망을 갔다. 두 사람은 오랫동안 함께 공부하고 함께 살면서 가까워졌기 때문에, 서로 잘 이해하고 또 몹시 사랑하였다. 두 사람은 선생님을 모시고 다른 곳으로 피난하기 위하여 즉시 의논하고 함께 마을로 돌아갔다.

Hai người liền nhanh chân chạy trốn. Hai người lúc này đã cùng học, cùng sống gần nhau lâu ngày nên rất hiểu nhau và rất yêu nhau. Hai người bèn bàn nhau cùng về làng để đưa thầy lánh đi nơi khác.

그러나 집에 돌아갔을 때 선생님은 중병을 앓고 있어 더 이상 살 수가 없었다. 선생님에게 신세를 많이 입고 사랑을 많이 받았기 때문에 두 사람은 선생님 혼자 두고 갈 수가 없었다.

Nhưng về đến nhà thì biết thầy đang ốm nặng, khó sống nổi. Mang nặng ơn thầy lại được thầy yêu quý, hai người không nỡ để thầy ở lại một mình.

두 사람이 계속 망설이는 것을 보고 선생님이 즉시 이야기하였다.
"나의 인생에는 단지 가르침과 이 소라 꾸러미 밖에 없다. 너희들은 나의 직업을 이어가도록 하여 후배들에게 좋은 것, 아름다운 것, 학문과 신의를 열심히 가르쳐서 재능을 가지고 후세에 세상을 이롭게 하여라.”

Thấy hai người cứ nấn ná, ông thầy liền nói:

– Đời thầy chỉ có nghề dạy học và chuỗi ốc này, thầy cho hai con để hai con tiếp tục nghề của thầy, cố dạy cho lớp đàn em học đủ cái tốt, cái hay, cho đủ cái chữ cái nghĩa, để sau này sẽ có lúc đem tài sức ra mà giúp ích cho đời.

자신이 아끼는 두 제자를 안심시키고 도망갈 시간이 충분하도록 선생은 말을 마치자마자 눈을 감고 세상을 떠났다. 두 사람에게는 선생님의 시신을 안고 마지막으로 슬프게 울 시간만 있었다. 그리고 급히 길을 나섰다. 두 사람은 인적이 드문 숲으로 피난을 갔다.

Như để cho hai người học trò thân yêu của mình yên tâm và còn đủ thời giờ chạy trốn, ông thầy vừa nói hết lời cũng nhắm mắt từ giã cõi đời. Hai người chỉ kịp ôm lấy xác thầy thương khóc lần cuối, rồi cấp tốc ra đi. Hai người lánh vào một khu rừng ít người lui tới.

나중에 잔악한 왕이 죽임을 당하고, 국민의 사랑을 받는 왕자가 대신 왕위에 오르자 두 사람 또한 선생님의 가르침을 따라 마을로 돌아와 서당을 열고 공부를 가르쳤다. 젊은이는 아가씨와 함께 결혼하였다. 그리고 옛날의 선생님처럼 공부하러 오는 사람을 받을 때마다 두 사람은 각 제자들에게 공부하고 생활하는 것을 가르치기 위하여 하나의 회초리 소라를 주었다.

Về sau, khi tên vua tàn ác bị giết và một vị hoàng tử được nhân dân quý mến lên thay thì hai người lại vâng theo lời thầy dạy trở về làng mở lớp dạy học. Chàng trai kết duyên cùng cô gái. Và cũng như thầy cũ, mỗi khi nhận người vào dạy học, hai người lại trao cho mỗi học trò một con ốc roi để theo dõi việc ăn ở, học hành.

남편이 세상을 떠나자 며칠 후 아내 역시 세상을 떠났고, 무슨 까닭인지 모르나 두 사람의 무덤에서 각각 아주 예쁜 나무의 싹이 자라났고, 나무는 자라면서 무성해졌다. 그리고 나무가 꽃을 피우고 열매를 맺을 때면 옛날 회초리 소라들과 비슷한 아주 신기한 새로운 종류의 열매가 열렸다. 남자로 위장한 여자의 무덤에 있는 나무는 분홍색 열매, 남자의 무덤에 있는 나무에는 흰색 열매가 열렸다. 그 나무가 바로 오늘날의 러이 나무이다.

Khi người chồng ra đi, mấy ngày sau người vợ cũng mất và không hiểu vì sao, từ mộ hai người mọc lên hai mầm cây rất đẹp, cây lớn lên tươi tốt. Và khi cây ra hoa kết quả thì đó là một thứ quả mới lạ nhìn giống như những con ốc roi ngày nào. Cây ở mộ người con gái giả trai thì quả màu hồng, còn cây ở mộ người con trai thì quả màu trắng. Cây ấy chính là cây Roi ngày nay đấy các bạn ạ.

베트남의

꽃·나무·열매의 유래

Ⅱ. 나무 이야기

(Chuyện kể về các loài cây)

1. Cỏ và Lúa

풀과 벼

옛날에 풀과 벼는 한 엄마의 자식이었다. 자라날 때 어머니는 풀과 벼를 각각 서로 다른 들에서 따로 살게 하였다. 벼는 본래 부지런하고 근면하였기 때문에 갈수록 건강해지고 생생해져서 라임의 씨처럼 통통한 벼의 씨앗을 만들었다. 그런데 풀은 게으르고 하루 종일 놀기만 좋아하고, 아무것도 하기 싫어하여 몸이 바싹 말라갔다. 그는 결코 사람에게 이익을 주는 씨앗이 될 수 없었다.

Ngày xưa Cỏ và Lúa là con cùng một mẹ. Khi lớn lên, mẹ cho Cỏ và Lúa ở riêng mỗi người một cánh đồng. Lúa vốn chăm chỉ làm lụng, chịu thương chịu khó nên mỗi ngày một khỏe mạnh, tươi tốt, làm ra những hạt thóc mẩy căng như hạt chanh. Còn cỏ thì lười nhát, chỉ thích ăn chơi lêu lổng suốt ngày, chẳng thích làm gì, người nó ốm o gầy còm. Nó chẳng bao giờ làm ra được cái hạt có ích cho con người.

그러나 벼와 풀은 여전히 서로 왕래하였다. 매번 풀은 벼의 집에 놀러갈 때면 밤에 몰래 가서 벼의 음식을 곧잘 먹거나 훔쳤다. 벼는 그 사실을 알고 있었으나, 풀을 사랑해서 책망하거나 피하지 않고 은근하게 충고의 말을 하였다. 그러나 풀은 버릇을 고치지 못하고 여전히 예전처럼 게을렀다.

Tuy vậy, Cỏ và Lúa vẫn đi lại thăm nhau. Mỗi lần tới chơi với Lúa, Cỏ thường lén đi ban đêm, hay xin ăn hoặc lấy trộm thức ăn của Lúa. Biết vậy nhưng thương Cỏ, Lúa không nỡ trách mắng hoặc xa lánh nó mà vẫn tìm lời khuyên nhủ ân cần. Nhưng Cỏ trứng nào tật nấy. Nó vẫn lười nhác như xưa.

어느 날 벼는 생일 잔치에 풀을 초대했다. 풀은 아무런 예의도 지키지 않고 배가 부르자 누워서 잠이 들었다. 그는 해가 솟아오를 때까지 깊은 잠에 빠졌다. 그리고 해가 질 때까지도 일어나지 않았다. 해질녘에 풀이 비로소 몸을 움직여 눈을 떴다. 그러나 게으르고 음식을 탐하는 자신의 성격이 부끄러워 풀은 감히 집으로 돌아가는 길로 나오지 못했다.

Một hôm Lúa làm cỗ mừng sinh nhật và mời Cỏ ăn uống. Cỏ cũng không giữ ý tứ gì. Khi no căng bụng, Cỏ nằm lăn ra ngủ. Nó ngủ say xưa đến lúc ông Mặt trời mọc. Rồi Mặt trời đứng bóng nó vẫn chưa dậy. Đến xế chiều, Cỏ mới cựa mình, mở mắt. Nhưng xấu hổ về tính lười nhác, tham ăn, Cỏ không dám ra đường về nhà.

풀은 모든 사람이 조롱할 것을 두려워하여 벼의 집에 남기를 간절히 요청했다. 벼는 마음에 들지 않았지만 마음씨가 좋고 동생을 사랑했기 때문에 풀이 계속 남아 있도록 해 주었다. 그때부터 풀은 벼에 붙어서 해를 끼치고, 벼와 더불어 함께 사는 것을 좋아했다. 그는 또한 모든 이웃에게 가서 옥수수, 콩류, 야채들과 함께 먹을 것을 경쟁하였다.

Sợ mọi người chê cười, nó khẩn khoản xin ở lại nhà Lúa. Lúa không hài lòng, nhưng vốn hiền lành và thương em, đành cứ để cho Cỏ ở. Từ đấy, Cỏ thích sống chung với Lúa để ăn hại, ăn bám. Nó lại sang cả hàng xóm tranh ăn với Ngô, Đậu, Rau nữa.

2. Sự tích Cỏ Ba Lá

네잎 클로버의 유래

세상에는 어린 아이가 대담하게 깊은 숲에 들어가서 용감한 심장으로 수많은 폭포를 넘고 넘으면 네잎 클로버-영원히 행복한 웃음(어린이의 행복한 웃음)을 가져오는 풀-를 찾게 된다는 이야기가 있다.

Chuyện kể rằng đứa bé trên thế gian cam đảm bước vào rừng sâu, đi mãi đi mãi qua bao thác ghềnh với một trái tim dũng cảm sẽ tìm được loại cỏ bốn lá (four-leaf clover) - loại cỏ sẽ mang lại nụ cười hạnh phúc mãi mãi - nụ cười hạnh phúc của trẻ thơ.

네잎 클로버를 찾게 되면 어린 아이는 바람 속에 서서 뜨거운 심장 위에 풀을 얹고 노래를 부를 것이다. 네잎 클로버 각각의 잎은 삶의 가장 귀하고 가치있는 것을 상징한다.

Khi tìm được ngọn cỏ bốn lá, đứa trẻ sẽ đứng trong gió, đặt ngọn cỏ vào trái tim nồng ấm và hát khúc ca đồng dao. Mỗi lá trên ngọn cỏ tượng trưng cho một thứ quý giá nhất của cuộc sống.

첫째는 희망.
둘째는 믿음.
셋째는 사랑.
그리고 마지막은 행운.

Lá thứ nhất đó là niềm hi vọng.
Lá thứ hai là niềm tin.
Lá thứ ba là tình yêu.
Và lá cuối cùng là sự may mắn.

어린 아이들이 이 세상에 나왔을 때 하느님은 이미 이 네개의 선물을 주었지만, 그들은 이 선물을 찾기 위해 계속 다녀야 하며, 용감한 심장을 가지고 삶의 깊은 숲 속에서 계속 찾아야 한다. 전설은 오늘날까지 계속 이어지고, 어린아이들이 세상에 나와서 성장하여 계속 공명과 성공을 찾으러 가는 데 급급하여 하느님이 준 네잎 클로버로 가는 길이 있음을 잊어버리고 있다는 것이다. 그들은 걸려 넘어졌을 때에야 비로소 옛날의 동요 가곡을 떠올리고 멍하니 탄식한다.

"Where is my four-leaf clover?"

Bốn món quà thượng đế ban tặng cho mỗi đứa trẻ khi chúng mới ra đời nhưng để tìm được chúng đứa trẻ ấy phải mãi đi tìm, tìm trong rừng sâu của cuộc đời với trái tim dũng cảm...Truyền thuyết vẫn tiếp tục đến ngày hôm nay, và truyền thuyết mãi là truyền thuyết vì mỗi đứa trẻ sinh ra lớn lên mãi đi tìm công danh và sự nghiệp nên chúng lãng quên con đường tìm đến với ngọn cỏ bốn lá mà thượng đế trao cho. Đến khi chúng vấp ngã, chúng mới nhớ đến khúc đồng dao của ngày xưa. Chúng thẫn thờ và than thở:

"Where is my four-leaf clover?"

그러나 어린 아이들은 전혀 모른다. 하느님이 위에서 웃고 계심을.
아이가 넘어져 아플 때, 그것은 사랑이라.
아이가 넘어졌을 때 자신이 외롭지 않다고 믿으면, 그것은 믿음이라.
아이가 자신보다 어렵고 힘든 다른 아이들을 바라볼 때, 그것은 행운이라.
그리고 아이가 자신이 일어나서 계속 가야 한다고 생각할 때, 그것은 희망이라.

Nhưng đứa trẻ đâu biết thượng đế trên cao đang mỉm cười: Khi đứa trẻ đau vì vấp ngã, đó là tình yêu. Khi đứa trẻ tin rằng mình không cô độc khi vấp ngã, đó là niềm tin. Khi đứa trẻ nhìn thấy những đứa trẻ khác còn đau khổ hơn mình, đó là sự may mắn. Và khi đứa trẻ nghĩ rằng mình phải đứng dậy và đi tiếp, đó là niềm hi vọng.

나는 한 곳을 알고 있다, 태양이 노랗게 빛나는.
하얀 눈 속에서 붉고 붉은 복숭아 꽃들을.
그리고 그 속에 깊이 숨어 있는 바로 가장 기묘한 것.
네잎 클로버의 네 잎이 함께 자라나는 곳.

Tôi biết đến một nơi, mà thái dương lộng lẫy ánh vàng.
Những cánh hoa anh đào rực đỏ trong tuyết trắng.
Và ẩn sâu trong đó chính là điều kì diệu nhất.
Nơi cả bốn chiếc lá của Cỏ Ba Lá cùng mọc lên.

한 잎은 희망의 잎, 한 잎은 믿음의 잎,
한 잎은 사랑을 위한 잎, 당신이 알고 있듯이,
그리고 하느님은 행운을 가져오기 위하여 또 다른 하나의 잎을 만들어 주셨다.
찾아 보아라. 그리고 당신은 그 기묘한 곳을 보게 될 것이다.
그러나 당신은 희망을 가져야 하고, 그리고 당신은 믿어야 한다.
당신은 그것을 찾을 때까지 확실하고 강렬한 사랑을 주어야 한다.
그리고,
만약 당신이 노력한다면, 만약 당신이 기다린다면, 당신은 그 곳을 찾게 될 것이다.
네 잎 클로버의 네 개 잎이 모두 함께 자라나는 그 곳.

Một chiếc lá là HY VỌNG, một chiếc lá là NIỀM TIN, Một chiếc lá dành cho TÌNH YÊU, bạn đã biết đấy, Và THƯỢNG ĐẾ đã tạo thêm một chiếc lá nữa để mang lại sự MAY MẮN. Hãy tìm kiếm … và bạn sẽ nhìn thấy nơi kì diệu ấy. Nhưng bạn phải HY VỌNG, và bạn phải TIN TƯỞNG, Bạn phải YÊU THƯƠNG để chắc rằng nó mạnh mẽ đến mức nào .....và rồi..... Nếu bạn cố gắng, nếu bạn chờ đợi, bạn sẽ tìm thấy nơi ấy. Nơi cả Bốn chiếc lá của Cỏ Ba Lá cùng mọc lên…

3. Sự tích cây Xấu Hổ

미모사의 유래

옛날 아주 먼 옛날 어느 마을에 땅처럼 어진 어머니가 살고 있었다. 일을 열심히 하였지만 가난하고 홀홀단신으로 살았기 때문에 그녀는 매우 적적했다. 여러 번 그녀는 늙었을 때 같이 지낼 수 있는 아이를 달라고 신에게 기원했다.

Ngày xửa ngày xưa, ở một làng nọ, có một bà mẹ tính tình hiền lành như cục đất. Bà luôn chăm chỉ làm ăn nhưng vẫn nghèo. Sống một thân một mình, bà buồn lắm. Nhiều lần bà cầu nguyện giàng cho bà một đứa con để sớm hôm tuổi già.

어느 날 산에 있는 밭에서 돌아오는 길에 그녀는 길을 잃고 신기한 숲으로 가게 되었다. 배가 고프고 목이 말랐지만 먹고 마시기 위한 어떠한 것도 찾을 수 없었다. 지친 그녀는 자기도 모르게 잠이 들었다. 그녀가 깨어났을 때 바로 앞에 한 그루의 나무가 있는 것을 보았다. 푸른 잎이 우거지고 작은 노란 꽃은 수액이 많은 붉은 열매들과 섞여 있었다. 그녀는 먹고 싶어서 즉시 그 열매를 따서 먹었다.

Một hôm, trên đường từ rẫy về, bà bị lạc đến một khu rừng lạ. Đói và khát khô cổ mà bà vẫn chẳng tìm ra thức gì để ăn và uống cả. Bà lả người đi. Khi tỉnh dậy, bà thấy trước mặt có một lùm cây: lá xanh chi chít, hoa vàng li ti chen lẫn những chùm trái đỏ mọng. Bà cảm thấy thèm, bèn hái trái ăn.

달콤한 과일은 그녀를 배가 고프지 않고, 목이 마르지 않게 하였다. 그녀의 머리도 더욱더 맑아지는 것 같았고, 그녀는 집에 돌아가는 길을 찾을 수 있었다. 다음 날 그녀는 자신의 몸이 이상하게 다른 것을 느꼈다. 그녀의 배는 나날이 점점 더 커졌다. 꼭 12달이 되자 그녀는 여자 아이를 낳았다. 마을 사람들은 경멸의 눈으로 그녀를 보았다. 어떤 사람은 독이 있는 혀와 독이 있는 입으로 말하기를 산의 귀신을 낳았다고 했다. 그녀는 여전히 이를 악물고 참아 냈다. 신기하게도 그녀는 비록 가난하였지만 그 작은 아이를 아주 자상하게 돌보았다.

Trái ngọt lịm làm bà không còn đói và khát nữa. Đầu óc bà dường như tỉnh táo hơn. Và bà tìm được lối về nhà. Hôm sau, bà thấy người mình khang khác. Bụng bà cứ ngày một to dần. Đúng 12 mùa trăng, bà đẻ ra một đứa bé gái. Dân làng nhìn bà bằng con mắt khinh bỉ. Có người độc lưỡi độc miệng nói rằng: bà đẻ ra ma núi. Bà vẫn cắn răng chịu đựng. Lạ lùng thay, mặc dù nghèo khổ nhưng bà chăm đứa nhỏ rất chu đáo.

그 아이는 자랄수록 숲 속의 꽃처럼 아름답고 화려해졌다. 매일 매일 그 아이는 숲속 개울에 나가 나비를 잡고 꽃을 따고 놀았다. 게으른 그 아이는 엄마를 도와주는 일을 하지 않았다. 그 어머니는 늙고 쇠약해졌지만 아이를 사랑했기 때문에 있는 힘을 다해서 아이를 먹고 입히기 위해 힘들게 일했다. 그러던 어느 날, 어머니는 병에 걸려 세상을 떠났다. 마을 사람들은 그 어머니의 관을 묻는 일에 대해 웅성거리고 배은망덕한 아이를 질책하는 말을 아끼지 않았다.

Đứa con gái càng lớn càng rực rỡ và xinh đẹp như đoá hoa trong rừng. Ngày ngày, nó vào rừng, ra suối bắt bướm, hái hoa rong chơi. Nó lười biếng không chịu làm việc giúp mẹ. Bà mẹ ngày càng già yếu nhưng vì thương con bà phải cố sức làm lụng vất vả để có cái ăn cái mặc cho con. Rồi một hôm, bà mẹ nhiễm bệnh và qua đời. Dân làng xúm xít lo chôn cất bà mẹ và không tiếc lời quở trách đứa con tệ bạc.

어머니가 돌아가시자 아이의 게으른 습관 때문에 어느 누구도 아이를 돌봐주지 않았다. 매일 매일 그 아이는 바싹 마른 몸으로 이 집 부엌에서 저 집 부엌으로 구걸을 다녔다. 처음에는 사람들이 불쌍히 여겨 그 아이가 살아나가도록 다소 먹을 것을 주었다. 그러나 아이가 계속 달라고 하니 사람들은 싫어했다. 그 아이가 구걸하러 어디를 가든 사람들은 무시하고 조롱하였다. 그때에야 그 아이는 비로소 후회하고 잘못을 반성하였다. 그 아이는 한없이 그의 어머니가 불쌍하였고 마을 사람들에게 매우 부끄러웠다. 그 아이는 어머니의 무덤에 달려가 누워서 흐느껴 울면서 말했다. "어머니, 저를 용서하세요!"

Quen thói lười biếng nên khi bà mẹ chết đi, đứa con không còn ai chăm sóc nữa. Hằng ngày nó tha thẩn tấm thân gầy còm đi ăn xin hết bếp nhà này đến bếp nhà khác. Mới đầu, người ta còn thương hại cho ít nhiều để nó sống qua ngày. Xin hoài người ta cũng chán. Đứa con đến đâu xin xỏ, thiên hạ cũng dè bỉu, mỉa mai. Đến bây giờ, nó mới biết ăn năn, hối lỗi. Nó cảm thấy thương mẹ nó vô cùng và xấu hổ với dân làng nhiều quá. Nó chạy ra mồ mẹ, nằm khóc nức nở và luôn gọi: “Mẹ ơi, tha lỗi cho con!”.

그리고 그날 밤부터 아무도 그 아이를 만난 사람이 없었다. 단지 어머니의 무덤 앞에 잎이 작은 신기한 나무 한 그루가 자라난 것을 보았을 뿐이다. 누구라도 우연히 혹은 일부러 건드리면 나무는 모든 사람을 피하는 것처럼 몸을 떨고 오므라들었다. 사람들은 그 나무를 xau ho나무(미모사: 부끄러운)라고 불렀다.

Rồi từ đêm đó, không ai gặp cô bé nữa. Chỉ thấy bên mộ bà mẹ mọc lên một cây lạ, lá nhỏ li ti. Mỗi khi có ai vô tình hay cố ý đụng đến, cây chợt rùng mình, khép nép như cố né tránh mọi người. Người ta gọi đó là cây xấu hổ.

4. Sự tích cây xương rồng

선인장의 유래

옛날 어떤 가난한 시골에 서로 사랑하며 화목하게 살고 있는 한 가족이 있었다. 매일매일 아버지는 숲에 가서 나무를 하고, 어머니는 집에서 집안일을 하고, 딸아이는 옷감을 짜는 일을 했다. 그 해 가뭄이 들어 온 논과 밭이 마르고, 땅바닥이 갈라지고, 온 마을이 황폐해졌다. 먹을 것이 아무것도 없어 부모님과 함께 딸은 여기저기 떠돌아 다녔다. 굶주림과 갈증 때문에 어머니는 몸이 바싹 말라 비틀어져 세상을 떠났다. 어머니의 장례 치를 돈을 마련하기 위해 딸은 어떤 상인의 노예로 스스로 팔려갔다.

Ngày xưa, ở một miền quê nghèo, có gia đình nọ sống đầm ấm và yêu thương nhau. Hàng ngày người cha vào rừng đốn củi, người mẹ ở nhà lo cơm nước, còn cô con gái lo canh cửi dệt lụa. Năm ấy trời nắng hạn, khắp nơi đồng ruộng khô cháy, mặt đất nứt nẻ, xóm làng hoang vu. Không còn gì để ăn, cô con gái cùng cha mẹ đi tha phương khắp nơi. Đói, khát đã vắt kiệt sức lực của người mẹ và bà qua đời. Vì muốn có tiền lo ma chay cho mẹ, cô gái bán mình làm nô lệ cho một gã lái buôn.

이 상인은 유명한 노예시장이 있는 멀고 낯선 나라 경성으로 딸아이를 데려가려는 생각을 하였고, 그는 틀림없이 그 아이를 아주 비싼 값에 팔 수 있을 것으로 여겼다. 딸과 멀리 떨어지고 싶지 않은 아버지는 상인한테 청하였다.

"같이 가게 해주세요! 저는 아직 건강하니 쓸모가 있을 것입니다!"

Lão lái buôn nảy ra ý nghĩ đem cô đến một kinh thành xa lạ, nơi có chợ buôn nô lệ nổi tiếng, hắn chắc rằng sẽ bán cô với một cái giá rất hời. Không muốn xa con gái, người cha xin gã lái buôn:

– Cho tôi đi theo với! Tôi còn sức khỏe, tôi có thể có ích cho chuyến đi!

아버지가 아직 매우 건강한 것을 보고 상인은 즉시 동의하였다.

"좋아, 너는 노예들의 음식을 담당하고 낙타 무리를 돌볼 것이다."

Thấy ông cụ còn khá khỏe mạnh, gã lái buôn đồng ý ngay.

– Được, ngươi sẽ lo việc ăn uống cho bọn nô lệ và chăm sóc lũ lạc đà.

여정이 매우 길어서, 수 많은 울퉁불퉁한 길과 그들이 아직 한 번도 경험해 보지 못한 풍속을 가진 멀고 낯선 여러 나라들을 지나가야 했다. 여행객 무리들이 사막에 들어섰다. 이곳의 기온은 정말 극심했다. 낮에는 해가 만물을 녹여버릴 듯이 계속 이글이글 타고 있었고, 밤에는 모든 것이 얼어 붙을 것처럼 공기가 끔찍하게 차가웠다.

Cuộc hành trình rất dài, qua bao đường đất gập ghềnh, bao đất nước xa lạ với những tập tục mà họ chưa từng thấy bao giờ. Rồi đoàn lữ hành tiến vào sa mạc. Khí hậu nơi đây thật khắc nghiệt, ban ngày thì mặt trời rừng rực cháy cứ như muốn nấu mọi vật tan chảy ra, ban đêm thì khí lạnh khủng khiếp bao trùm như muốn đóng băng tất cả.

자연의 강한 힘에 대항하지 못하고 아버지는 중병에 걸렸다. 상인은 무정하게 아버지를 남겨두도록 명령했다.

"그를 버려. 그는 쓸모가 없어졌어."

딸은 풀썩 무릎을 꿇고, "제발 저희 아버지를 버리지 마세요" 라고 했다.

Không chống chọi nổi với sức mạnh của thiên nhiên, người cha lâm bệnh nặng. Gã lái buôn nhẫn tâm ra lệnh để ông cụ ở lại:

– Ném hắn đi, hắn vô ích rồi!

Xin đừng bỏ rơi cha tôi. Cô gái quỳ sụp xuống.

딸아이가 간절히 간청하는 데도 불구하고 상인은 딸아이를 낙타의 등에 올려 놓도록 명령했다. 상인의 행렬은 점점 멀어지고, 힘이 다 빠진 아버지는 단지 모래 위에 누워있을 뿐이었다.

Mặc cho cô gái kêu gào, gã lái buôn cho người xốc cô lên lưng lạc đà. Đoàn buôn đi xa dần, chỉ còn ông cụ kiệt sức nằm trên cát.

하루가 지나고 상인의 행렬은 계속 사막 안으로 깊이 들어갔다. 갑자기 그들 앞이 희미해지고 자욱한 안개 뒤에 하나의 고성이 점점 나타났다.
"이상하다, 이 사막을 자주 건너 다녔는데 이와 같은 성은 없었는데?"

Một ngày trôi qua, đoàn buôn tiếp tục tiến sâu vào sa mạc. Bỗng trước mắt họ, một tòa thành cổ dần dần hiện ra sau lớp sương khói mờ ảo.
– Quái, ta đã qua lại sa mạc này bao nhiêu lần, làm gì có tòa thành này?

상인은 조심스럽게 멀리서 행렬을 멈추게 하고 난 후, 사람을 보내 가까이 가 보도록 했다. 갑자기 어디에선가 모래 폭풍이 일어나 먼지가 자욱하게 덮였다. 너무 갑작스러워서 모든 단원들은 도망갈 겨를이 없이, 광활한 사막의 모래 바다 속에 묻혔다. 단지 그 딸만 아무렇지 않았다. 그녀는 이상하게 키가 큰 한 청년이 가까이 다가오는 것을 보았다.

Gã lái buôn cẩn thận cho đoàn dừng lại đằng xa rồi cử người lại gần xem xét. Bỗng đâu bão cát nổi lên, bụi mịt mù phủ khắp nơi. Quá bất ngờ, cả đoàn buôn không kịp chạy trốn và bị chôn vùi trong biển cát sa mạc mênh mông. Riêng cô gái lại không hề hấn gì. Cô thấy một thanh niên cao lớn khác thường đang tiến đến.

"당신이 너무 아름답습니다. 내 아내가 돼서 이 성의 황후가 되어 주십시오!"
"존경하는 폐하, 폐하는 틀림없이 불쌍한 마음을 가진 권위의 신이십니다. 제발 저를 상인의 노예 무리에서 벗어나게 해 주십시오. 그리고 제가 아버지를 찾으러 갈 수 있도록 해 주십시오. 저는 지금 아버지를 버릴 수 없습니다."
"할 수 없다. 지금부터 너는 나의 것이다."
말을 마치자 그 남자는 몸을 흔들어 거대한 한 마리의 코브라로 변했다.

– Nàng thật là xinh đẹp. Hãy làm vợ ta và trở thành hoàng hậu của thành phố này!

– Thưa ngài đáng kính, ngài chắc là một vị thần đầy quyền uy đã động lòng thương, xin giải thoát tôi khỏi tay bọn buôn nô lệ. Xin hãy cho tôi được đi tìm cha, tôi không thể bỏ ông trong lúc này.

– Không được, giờ thì nàng là của ta.

Nói xong, gã lắc mình hóa thành một con rắn hổ mang khổng lồ.

그 코브라는 딸아이를 황후로 봉하는 그 날까지 감옥에 가두었다. 딸아이는 지치고 지쳐 아버지를 그리워하였고, 매일매일 눈물이 마를 때까지 울었다. 그녀는 고개를 아래로 떨구고 쓰러졌다. 아, 신기하다. 그녀의 눈물 방울들이 옥의 문 틈을 빠져나가서 하나의 작은 개울이 되었다. 사막을 지나가는 조용한 개울물 줄기는 아버지가 누워 있는 그 곳까지 찾아갔다. 그 물줄기에 의해 늙은 아버지는 점점 회생하였다.

Rắn giam cô gái vào ngục chờ ngày tấn phong làm hoàng hậu. Mòn mỏi nhớ thương cha, cô gái khóc mãi từ ngày này qua ngày khác, đến lúc nước mắt cạn khô, cô gục xuống, ngất lịm. Kì lạ thay, những giọt nước mắt của cô len lỏi qua khe cửa nhà ngục, hóa thành một dòng suối nhỏ. Dòng suối lặng lẽ băng qua sa mạc, tìm đến chỗ người cha đang nằm. Nhờ dòng suối ấy mà người cha già dần dần hồi sinh.

그러나 딸에 대한 그리움에 괴로운 아버지 또한 딸을 찾아나섰다. 그는 계속 계속 가다가 깊고 깊은 사막 속으로 사라져 버렸다. 굶주림과 갈증 때문에 쓰러진 그는 사막의 사납고 뜨거운 모래를 견디다 못해 몸이 깡마른 선인장 나무로 변했다.

Nhưng nỗi nhớ thương con dày vò, ông cụ lại ra đi tìm con gái. Ông đi, đi mãi rồi mất hút trong sa mạc thăm thẳm. Gục ngã vì đói khát, ông hóa thân thành cây xương rồng khẳng khiu thân mình chịu đựng cát nóng dữ dội của sa mạc.

5. Búp Măng non

죽순 이야기

너희는 대를 본 적이 있니? 대나무는 곧게 자라고, 길고, 잎이 뾰족하며 보기에 매우 아름답다. 비바람이 세차게 불어도 대는 여전히 우뚝 서있고, 전혀 기울어지지 않는다. 밑동으로부터 엄마 대는 아주 많은 아기 대를 낳는다. 아기 대는 땅속 아래에서 잠에 취한다. 사람들은 그들을 죽순이라 부른다.

Bé đã bao giờ nhìn thấy tre chưa? Cây tre mọc thẳng, dáng cao cao, lá nhòn nhọn, trông rất đẹp. Bất kể trời gió lớn mưa to, tre vẫn thẳng vút, không bao giờ ngả nghiêng.

Từ dưới gốc, tre mẹ sinh ra rất nhiều tre con. Tre con ngủ say dưới lòng đất, người ta thường gọi chúng là măng.

어느 날, 번개신이 하늘 위에서 큰 북을 두드리고 "thì thùng! thì thùng! đì đùng! đì đùng!" 우릉릉 쾅쾅 천둥을 쳐서 작은 죽순의 무리를 깨어나도록 한다. 작은 빗방울들이 살살 땅 표면 아래로 스며든다. 스며든 빗방울이 몸에 닿았을 때, 어린 죽순의 무리는 빗물을 배부르게 마신다. 그리고 난 후에 그들은 살살 움직여 힘을 다해 땅 표면 위를 찌른다.

Một ngày kia, ông Thiên Lôi trên trời gõ chiếc trống lớn: "thì thùng! thì thùng! đì đùng! đì đùng!" làm cho đám Măng nhỏ tỉnh giấc. Những giọt mưa li ti lất phất thấm nhẹ xuống mặt đất. Khi làn nước mưa thấm đến thân mình, đám măng non uống nước mưa thật no. Sau đó, chúng cựa quậy, cựa quậy rồi dùng sức đâm xuyên lên mặt đất.

힘이 세고 몸이 통통하고 둥근 어린 죽순이 하나 있었다. 그는 여러 겹 옷을 입고 있었다. 어린 죽순은 빨리 컸으나 땅 표면 위로 찔러 나올 준비를 하고 있을 때 그는 무엇인가 자신의 몸을 막고 있는 것을 느꼈다.

Có một chú Măng non sức lực khỏe mạnh, thân hình mập mạp, tròn trịa. Chú mặc rất nhiều lớp áo. Măng non lớn rất nhanh, nhưng khi chuẩn bị vươn lên khỏi mặt đất thì chú cảm thấy như có cái gì đó đang cản mình lại.

지렁이 한 마리가 기어가다가 말했다.
"어린 죽순 친구, 너의 머리 위쪽에 큰 돌이 하나 있어."
"그래? 나는 지금 어떻게 해야 하지?"
"너는 땅 밖으로 나오기 위해 어떻게든 다른 길을 찾아 봐야 해."

Một bạn Giun đất trườn qua, nói:

– Măng non ơi! Có một hòn đá to ở phía trên đầu bạn đấy!
– Thế à? Tớ biết làm thế nào bây giờ?
Giun đất đáp:
– Bạn hãy thử tìm một lối khác để vươn lên mặt đất xem sao.

어린 죽순은 땅 표면 위로 찌르기 위해 돌 옆의 길을 찾기 시작했다. 그는 있는 힘을 다해 앞쪽으로 조금씩 갔다. 그러나 가면 갈수록 더욱더 지쳐갔다. 어린 죽순은 기가 죽었다.

어머니 대가 그것을 알고 어린 죽순을 격려하였다.

"내 아가, 힘을 내. 어려움을 만나면 이기는 방법을 찾아야 해!"

어린 죽순은 애쓰며 생각하다가 마침내 방법을 찾아냈다. 빗물이 흘러 들어온 물길을 따라 자신을 움직였다. 그 길은 땅이 부드럽고 더 미끄러워서 있는 힘껏 조금씩 갔다.

Măng non bắt đầu tìm đường bên cạnh hòn đá để đâm xuyên lên khỏi mặt đất. Nó lấy hết sức mình nhích lên phía trước, song càng nhích nó càng mệt… Măng non nản quá.

Tre mẹ biết vậy liền động viên Măng non:
– Con của mẹ! Hãy dũng cảm lên! Gặp khó khăn thì phải tìm cách vượt qua con ạ!

Măng non cố suy nghĩ, cuối cùng, chú tìm ra được một cách. Chú chuyển mình men theo mạch nước mưa thấm xuống. Lối đó đất mềm và trơn hơn. Thế là chú cố sức nhích lên.

"아! 땅 밖으로 나왔다". 어린 죽순은 맑은 공기를 힘껏 깊이 들이마셨고, 즐거운 마음이 용솟음쳤다. 참새 친구 한 마리가 먹이를 찾아 땅 표면 위로 날아왔다. 막 땅 틈으로부터 빠져 나온 죽순을 보고 참새는 탄복해서 말하였다.

"어린 죽순아! 너무 잘했어!"

어린 죽순은 정말 즐겁고 자랑스러움을 느꼈다. 어린 죽순은 다른 친구들과 함께 밝게 비추는 해님에 의해서 건강하게 자라났다.

"A! Xuyên qua mặt đất rồi". Măng non hít thật sâu luồng không khí trong lành, lòng vui phơi phới. Một bạn Chim sẻ bay tới nhảy trên mặt đất tìm mồi. Thấy Măng non vừa từ khe đất nhú lên, Chim sẻ khâm phục nói:

– Măng non ơi! Bạn giỏi quá!

Măng non cảm thấy thật vui và tự hào. Măng non cùng với các bạn khác được ông Mặt trời chiếu sáng và lớn lên mạnh mẽ.

6. Sự tích cây Sen

연꽃나무의 유래

옛날 어느 지방에 젊은 농부 부부가 살았다. 가난하지만 그들은 행복하게 살고 있었다. 남편은 건강하고 슬기로운 젊은이였고, 아내는 상냥하며 부지런하고, 미모가 뛰어난 아가씨였다.

Ngày xưa, ở một vùng nọ có đôi vợ chồng nông dân trẻ. Tuy nghèo nhưng họ sống rất hạnh phúc. Người chồng là một chàng trai khỏe mạnh, tháo vát, người vợ là một cô gái dịu dàng, chịu thương, chịu khó và có nhan sắc.

그러나 두 사람의 삶은 젊고 아름다운 아내가 첫 번째 아이를 갖고부터 변하기 시작했다. 두 부부는 큰 기쁨을 기다리며 설레었다. 그러나 그들은 역시 마음 속에 하나의 걱정을 갖기 시작했다. 아내가 임신하였을 때 모든 일은 남편이 맡아서 하였다. 남편은 작은 정원에서 힘들게 일하고 나서 더 벌기 위해 남의 집에서 쟁기질을 하고 괭이질을 하였으나 먹을 것이 충분치 않았다. 그들은 아이를 키우기 위해 무엇을 해야 할 지 몰라 고민하던 중, 남편의 한 친구가 마침 집에 놀러 와서 이 곤궁하고 어려운 환경을 바꾸기 위해 남편에게 멀리 일하러 가기를 권유했다. 아내는 남편이 가기를 원치 않았지만 다른 방법이 없었다.

Nhưng rồi cuộc sống của hai người bắt đầu thay đổi kể từ khi người vợ trẻ đẹp sinh đứa con đầu lòng. Hai vợ chồng hồi hộp chờ đợi một niềm vui lớn. Nhưng họ cũng bắt đầu có một nỗi lo trong lòng. Khi người vợ có thai, mọi công việc đều do chồng lo lắng cả. Người chồng làm quần quật trên mảnh vườn nhỏ, rồi phải cày thuê, cuốc mướn để kiếm thêm mà không đủ ăn. Họ lo rồi không biết lấy gì để nuôi con, thì một người bạn của chồng, nhân dịp đến chơi nhà chơi nhà, rủ chàng đi làm ăn xa, may chăng có thay đổi được hoàn cảnh khó khăn, túng thiếu này. Người vợ thực tình không muốn để chồng đi nhưng không còn cách nào khác.

얼마 후 아내가 잘 생기고 사랑스러운 남자 아이를 낳았다. 아내는 밤낮으로 남편이 돌아오기를 고대하였고, 남편은 자신이 매일같이 바라던 아들을 얻었기 때문에 틀림없이 즐거워할 것이라고 생각했다. 그러나 남편은 간 지 오래 되었음에도 돌아오지 않았다. 두 모자는 3개월, 6개월, 그리고 1년을 기다렸으나 여전히 남편에 대한 어떠한 소식도 듣지 못했다. 모자의 삶은 나날이 힘들고 곤궁해져서 아내는 남의 집에 일을 찾으러 가야 했다.

Ít lâu sau, người vợ ở nhà sinh được một bé trai kháu khỉnh. Vợ ngày đêm mong mỏi chồng về và chắc rằng chàng sẽ vui mừng vì có được đứa con trai mà chàng hằng ao ước. Nhưng chàng đi chuyến ấy đã lâu mà không thấy về. Hai mẹ con đợi chờ ba tháng, sáu tháng, rồi.... một năm mà vẫn không có tin tức gì về người chồng. Cuộc sống của hai mẹ con ngày một chật vật, thiếu thốn, đành phải kiếm việc làm thuê.

그 때 마을에 한 부옹이 있었다. 그 노인은 대를 잇기 위해 아들 하나를 소망하였으나 그 부자의 아내는 단지 딸 하나만을 낳아서 자손의 대가 끊어졌다. 농부의 아내가 손에 작은 아이를 안고 일을 구하러 왔을 때, 부옹은 받아들이기를 원치 않았다. 그러나 그녀가 미색이 있는 것을 보고 그녀가 집안의 일을 돕도록 허락했다.

Lúc đó, trong làng có một lão phú ông giàu có. Lão ao ước có một đứa con trai để nối dõi tông đường, nhưng vợ lão chỉ sinh được một đứa con gái, rồi tuyệt đường con cái. Khi người vợ anh nông dân đến xin việc, tay bế đứa con nhỏ, lão phú ông không muốn nhận. Nhưng sau đó thấy chị có nhan sắc, lão đồng ý cho chị đến giúp việc trong nhà.

그 부옹은 집안에서 일을 하는 다른 많은 사람들에 비해서 그 모자를 친절하게 대했다. 그로 인해서 그 모자는 근 1년간 힘들지 않을 정도로 살았다. 이 일은 부옹의 아내에게 의심을 일으키고, 질투의 마음을 갖게 했다.
처음에 그녀는 부옹이 모자를 불쌍히 여겨 진정한 마음으로 친절하게 대우하는 것으로 생각했다. 그러나 점점 부옹은 자신의 나쁜 의도를 드러냈다. 부옹은 자주 그녀를 부추기고 꼬드겼으나 그녀는 일부러 부옹의 애매모호한 말에 관심을 표하지 않았다. 부옹은 가깝게 멀게 얘기해도 어쩔 수 없는 것을 알고 몹시 화가 났다. 한 번은 부옹이 술을 마시고 들어와서 노골적인 방법으로 말하였다.

Lão đối xử với mẹ con chị ra điều tử tế hơn so với nhiều người làm thuê khác trong nhà. Cũng nhờ vậy mà mẹ con chị sống không đến nỗi chật vật được gần một năm. Điều này làm cho vợ lão sinh nghi và đem lòng ghen ghét. Ban đầu, chị cũng tưởng lão phú ông có lòng thương mẹ con chị mà đối xử một cách tử tế thật lòng. Nhưng dần dà lão đã bộc lộ ý đồ xấu xa của mình. Lão thường hay gạ gẫm, ve vãn chị song chị cố tình tảng lờ những lời bóng gió của lão. Lão thấy nói gần, nói xa không được thì bực mình lắm. Một lần, lão uống rượu vào rồi lè nhè một cách suồng sã.

"너의 남편은 까마귀에 쪼이고 호랑이에게 잡혀 먹혔어. 그러니 더 이상 기다려 무엇 하니. 너는 짐을 챙겨 여기에 와서 나와 살면서 나에게 아들을 낳아 주어라. 그러면 내가 너희 모두를 돌보아 줄 것이야."

– Chồng mày quạ mổ, hổ vồ rồi, còn chờ đợi gì nữa. Thôi mày cứ dọn đến đây ở với tao, rồi đẻ cho tao một đứa con trai, tao sẽ che chở tất cả.....

남편과 떨어져 사는 아내는 두려워하며 아이를 안고 집으로 바로 갔다. 며칠 동안 부옹의 집에 감히 가지 못했다. 본래 엉큼하고 사악한 부옹은 그대로 포기하지 않았다. 어느 날 그는 그녀의 집까지 뻔뻔하게 찾아와서 협박하였다.

"네가 나의 소실이 되지 않으면 다섯 마지기 논과 큰 소 한 마리를 갚아라."

Người vợ vắng chồng sợ hãi, bế con chạy một mạch về nhà mình, mấy hôm liền không dám đến nhà lão nữa. Vốn là một tên nhà giàu độc ác, nham hiểm, lão quyết định không buông tha. Một hôm, lão lò dò sang tận nhà chị và đe rằng: chị không bằng lòng làm vợ lẽ của lão thì phải trả nợ năm sào ruộng và một con bò to.

모자가 어떻게 빚을 갚아야 되는지 고민하고 있는데 어느 날 아침 남편이 돌아왔다. 남편은 자신의 아내와 아들이 아직도 살아있는 것을 보고 무척 기뻐했다. 사실 남편은 수없이 많은 어려움을 겪었다. 남편과 그의 친구들은 가는 길에 호랑이를 만났으나 다행히 살았다. 그러나 길을 잃고 캄보디아(Cao Mien), 쩐랍(Chan Lap)까지 건너가 그곳에 잠시 살면서 돈을 벌었고, 비로소 고향에 돌아올 길을 찾을 수 있었다.

Hai mẹ con đang lo lắng không biết lấy gì để trả nợ được thì vào một buổi sáng, người chồng trở về. Chàng mừng rỡ thấy vợ con mình còn sống. Thì ra chàng đi chuyến ấy gặp bao vất vả, gian nan. Chàng và những người bạn của mình dọc đường gặp hổ, may sống sót nhưng lạc sang tận bên Chân Lạp, Cao Miên, phải tạm ở lại bên đó làm ăn, rồi mới tìm đường về quê được.

부부는 서로 만나 기뻤으나 한편으로는 속상했다. 아내는 남편에게 두 모자의 어렵고 힘들었던 수많은 이야기를 하고, 부옹이 협박하여 강제로 자신을 소실로 삼으려고 했던 일 등 많은 괴로움을 이야기했다. 남편은 아내가 가엾기도 하고 증오가 끓어올라서 즉시 아내와 의논하여 저축한 재산 모두를 가지고 부옹의 빚을 갚았다. 부부는 다시 따뜻하고 행복하게 되었다.

Vợ chồng gặp nhau mừng mừng tủi tủi. Vợ kể với chồng bao chuyện vất vả khổ cực của hai mẹ con, chuyện lão phú ông tìm cách o ép, cưỡng ép làm vợ lẽ… Chàng vừa thương vợ, vừa căm tức, bèn bàn với vợ dốc hết của cải dành dụm được để trả nợ lão phú ông. Cuộc sống của đôi vợ chồng trở lại đầm ấm, hạnh phúc.

그러나 남편을 어렵게 만드는 한 가지 일은, 사랑스러운 아들이 자신을 아버지라고 부르지 않는 섯이었다. 아들은 오랫동안 그의 어머니가 다른 남자들을 부르라고 가르쳤을 때처럼 남편을 '아저씨' 라고 불렀다. 저녁에 아내가 부엌에서 일을 하고 있는 동안에 남편은 아이에게 물었다.
"왜 너는 아버지를 아저씨라고 부르니?"

Nhưng có một điều làm chàng khổ tâm là đứa con trai kháu khỉnh không chịu gọi bằng bố. Nó gọi chàng là "bác" như lâu nay mẹ nó vẫn dạy nó gọi những người đàn ông khác. Vào một buổi chiều, trong lúc vợ đang làm bếp, chàng hỏi con:
– Sao con lại gọi bố là "bác?"

아이는 대답하였다.
"아저씨는 내 아버지가 아니에요. 내 아버지는 검은 옷을 입고 아저씨보다 키가 크고 밤마다 돌아와요!"

Đứa bé trả lời:
– Bác không phải là bố con đâu. Bố con mặc quần áo đen, to cao hơn bác, tối nào bố con cũng về mà!

남편은 아이의 그와 같은 말을 듣고 얼핏 의심이 생겼다. 게다가 남편의 냉대를 받아 여전히 화가 나 있는 부옹의 아내는 이 기회를 틈타서 남편을 꼬시게 만든 젊은 아내에게 원수를 갚을 방법을 찾았다. 그녀는 젊은이에게 고자질하기를 그의 아내는 방탕한 여자이고 틀림없이 아들도 젊은이의 아이가 아닐 수도 있다고 하였다.

Chàng nghe con nói vậy thì buồn bã và thoáng ngờ vực. Đã thế, mụ vợ lão phú ông lâu nay vẫn hậm hực về nỗi bị chồng lạnh lùng, hắt hủi, nhân cơ hội này tìm cách trả thù người thiếu phụ làm chồng mụ ve vãn.

Mụ nhỏ to với chàng rằng vợ chàng là kẻ lẳng lơ, chắc gì đứa con trai kia là con của chàng.

남편은 아내가 정숙하지 못하다고 여기고 화가 나서 아내를 나무랐다. 아내가 일의 전말을 해명할 사이도 없이 남편은 아내를 심하게 때리고 쫓아냈다.

Người chồng cho là vợ ở nhà không chung thủy, liền nổi giận mắng nhiếc vợ, rồi không để cho vợ kịp giãi bày đầu đuôi câu chuyện, chàng đánh vợ thậm tệ và đuổi đi.

억울하고 불쌍한 아내는 어쩔 수 없이 집을 버리고 나갔다. 그녀는 남자로 가장하고 머리를 깎고 인적이 드문 절에서 수행하기를 청했다. 절 앞에 작은 저수지가 있었다. 매일 오후가 되면 그녀는 멍하게 수면을 내려다 보면서 아이를 그리워하고 자신의 운명을 슬퍼하였고, 눈물이 계속 두 뺨에 흘러 넘쳤다.

Người vợ đáng thương bị oan ức, đành phải bỏ nhà bỏ cửa ra đi. Nàng giả dạng đàn ông, xuống tóc và xin vào tu ở một ngôi chùa vắng. Trước chùa có một cái đầm nhỏ. Chiều chiều nàng thẫn thờ nhìn mặt nước, nhớ con và buồn tủi cho thân phận mình, nước mắt cứ giàn giụa cả hai gò má.

부옹 부부는 그녀에게 서로 다른 한을 품고 미움을 참지 못하고 여전히 복수할 방법을 찾았다. 그들은 단서를 찾아 절에서 그녀가 수행하는 것을 알고 즉시 그 곳에 가서 절의 주지 스님에게 남자로 가장한 여자가 수도를 하여 존엄한 부처님의 장소를 오염시키고 있다고 일러바쳤다. 그녀는 즉시 쫓겨났다. 그녀가 방심하는 틈에 부옹의 부부는 부처상의 제상 위에 놓여 있는 금으로 만든 향로를 훔쳐서 그녀의 보따리 속에 넣었다. 그녀가 한동안 가는 것을 기다렸다가 부옹 부부는 주지 스님에게 밀고하였다.

Vợ chồng lão phú ông, mỗi người ôm một mối hận riêng với nàng, vẫn tìm cách trả thù cho bõ ghét. Chúng lần ra manh mối và biết nàng tu ở chùa này, chúng liền đến chỗ tố giác với vị sư trụ trì ngôi chùa là nàng giả trai đi tu, làm ô uế cả chốn cửa Phật tôn nghiêm. Tức thì nàng bị đuổi đi. Nhân lúc nàng sơ hở, vợ chồng lão phú ông lấy cắp chiếc lư hương bằng vàng trên bàn thờ Phật bỏ vào tay nải của nàng. Rồi chờ cho nàng đi được một lúc, vợ chồng lão mới mách cho vị sư trụ trì biết.

스님이 다시 보고 금으로 만든 향로가 없어진 것을 알고 즉시 몇몇 작은 스님에게 그녀를 잡아 오도록 했다. 모든 사람들 앞에서 스님은 그녀를 붙잡아 자신의 보따리 속에서 모든 것을 꺼내도록 하였다. 과연 그 속에 금으로 만든 향로가 있었다.

Vị sư xem lại, thấy mất chiếc lư hương bằng vàng, bèn cho mấy chú tiểu theo bắt nàng về. Trước mặt mọi người, sư bắt nàng bỏ mọi thứ trong tay nải của mình ra. Quả nhiên trong đó có chiếc lư hương bằng vàng.

스님의 냉랭한 죄를 묻는 말과 2x5=10 같은 분명한 일 앞에서 그녀는 극도로 가슴이 아프고 분노하게 되었다. 그녀는 스님의 발 아래 무릎을 꿇고 말하였다.

"이 원한을 어느 누구도 풀어 줄 수 없기 때문에 저는 더 이상 이 세상에 살 수가 없어요. 만약 제가 죽어서 남는 것이 한 줌의 재 뿐이라면 그것은 저의 죄를 징벌하는 것입니다. 그러나 제가 죽었을 때 재를 꺼내고 나서 하나의 흰 뼈가 보이면, 스님께서는 그 흰 뼈를 진흙 아래 묻어 주십시오. 만약 그 곳에서 저를 태운 불꽃처럼 붉은 한 종류의 꽃이 자라나면 스님께서는 제가 완전히 억울하게 죽었음을 믿어 주십시오. 그 때 저의 결백함을 밝힐 수 있도록 꽃을 따서 부처님의 제단에 꽂아 주십시오."

Trước sự việc “hai năm rõ mười” và lời buộc tội lạnh lùng của vị hòa thượng, nàng đau khổ, uất ức đến tột cùng. Nàng quỳ dưới chân hòa thượng mà rằng:

– Con không thể sống trên cõi đời này được nữa vì nỗi oan này không ai giải cho con được. Nếu con chỉ còn là một đống tro tàn thì đó là sự trừng phạt tội lỗi của con. Khi con chết đi, cời đống tro tàn mà thấy còn một đốt xương trắng thì xin hòa thượng vùi đốt xương trắng ấy xuống bùn đen. Nếu ở đó mọc lên một loài hoa rực hồng như ngọn lửa thiêu con thì xin hòa thượng hãy tin rằng con hoàn toàn bị oan ức. Khi đó, xin người hãy hái hoa cắm trước bàn thờ Phật cho con được minh bạch tấm lòng.....

그리고 그날 밤, 그녀는 고향 집 쪽으로 얼굴을 돌리고 눈물을 흘리며 불 속으로 뛰어 들었다. 다음 날 아침, 주지스님이 그 잿더미를 헤쳐 보니 흰 뼈마디 하나가 있었다. 그 때 스님은 비로소 그녀의 억울함을 이해하며, 불가의 방식에 따라 매장하였고, 저수지 가운데 아래에 타지 않은 한 마디 뼈를 조심조심 묻었다.

Rồi đêm ấy nàng nhảy vào đống lửa lớn mặt quay về phía quê nhà, giàn giụa nước mắt. Sáng hôm sau, vị hòa thượng cời trong đống tro tàn ấy, thấy còn một đống xương trắng. Lúc đó hòa thượng mới hiểu nỗi oan ức của nàng bèn cho mai táng nàng theo tục lệ của nhà Phật, rồi kín đáo ươm đốt xương không cháy xuống giữa đầm.

얼마 후 그 자리에 아가씨의 몸처럼 부드럽고 몸이 길고 잎이 푸른 신기한 한 나무가 자라났다. 그리고 그 때부터 붉은 색깔의 꽃 봉오리가 수면 위에 떠 있었다. 봉오리는 그녀가 스스로 자신의 몸을 태운 그날 밤, 그 불꽃과 같은 모습을 하고 있었다. 스님은 상심하고 감동하여 즉시 사람을 시켜 꽃을 따다 부처님의 불상 앞에 꽂았다. 며칠 후 푸른 잎은 온 저수지 수면을 덮었고, 꽃은 아주 많이 피어 향이 멀리 멀리 퍼졌다. 그 때부터 이 절에서는 언제나 부처님의 제상 위에 그와 같은 꽃을 꽂았고, 이후에 사람들은 연꽃(Hoa sen)이라고 불렀다.

Ít lâu sau, chỗ ấy mọc lên một cây kì lạ, lá xanh thân dài, mềm mại như dáng người con gái. Rồi từ đó trồi lên trên mặt nước một cái búp màu đỏ hồng. Búp hoa có dáng hình như ngọn lửa trong cái đêm nàng tự thiêu, hòa thượng lấy làm thương tâm, xúc động bèn sai người hái về cắm trước bàn thờ Phật. Mấy hôm sau lá xanh đã phủ khắp mặt đầm, hoa nở rất nhiều, hương tỏa ngào ngạt. Từ đó ở chùa này ngày nào cũng cắm trên bàn thờ Phật thứ hoa ấy mà sau này dân gian gọi là bông Sen.

남편과 아이에 대해 다시 이야기한다. 아내를 나무라고 쫓아낸 후 며칠 내내 남편은 아이를 데리고 마을을 돌아다녔다. 마을 안의 남자들을 만날 때마다 남편은 아이에게 물어보았다.

"이 사람은 네 아버지가 맞느냐?"

아이는 모두 고개를 흔들었다. 그리고 남편은 자신의 성급함에 대해서 후회하였다. 어느 날 밤, 아이는 등잔불 때문에 벽에 찍힌 젊은이의 그림자가 비친 것을 가리키며 더듬더듬 말하였다.

"아, 우리 아버지가 저기에 왔어요! 우리 아버지는 검은 옷을 입었어요! 아저씨, 우리 아버지 키가 크지 않아요?"

Lại nói về người chồng và đứa con trai. Sau khi đánh mắng và đuổi vợ đi, suốt mấy ngày chàng dắt con đi khắp làng. Hễ gặp người đàn ông nào trong làng, chàng cũng hỏi đứa bé: "Có phải bố con đây không?". Đứa bé đều lắc đầu. Rồi chàng cũng có phần hối lỗi về sự nóng nảy của mình. Một buổi tối, đứa bé chỉ vào cái bóng chàng in trên tường do ngọn đèn dầu hắt lên và bi bô nói:

"A, bố con về kia! Bố con mặc quần áo đen kìa! "Bác" thấy bố con to lớn không?"

그때야 비로소 아내의 억울함을 알았다. 남편이 집을 비운 동안 아내가 아이에게 벽에 비치는 자기의 그림자를 아버지라고 말한 것이다. 남편은 마음이 아팠고 아이를 안고 충실한 아내를 찾으러 갔다.

Lúc bấy giờ chàng mới vỡ lẽ là vợ mình bị nghi oan. Thì ra trong khi vắng chàng, nàng đã chỉ bóng mình soi lên tường và nói với con rằng đó là bố con để an ủi đứa trẻ vắng cha. Chàng đau khổ bế con ra đi, nóng lòng mong tìm lại được người vợ thủy chung của mình.

절에 가서 스님에게 아내의 소식을 물어보니 이 절에서 수도하기 위해 남자로 분장했던 한 여자의 억울함에 대한 얘기를 듣고 자기의 아내로 믿었다. 스님에게 절에서 한 밤 묵도록 해달라고 하였다.

Khi chàng đến chùa, hỏi thăm vị hòa thượng và được nghe kể về nỗi oan ức của một người thiếu phụ giả trai, gửi mình vào của Phật tại ngôi chùa này. Bất giác chàng tin người thiếu phụ ấy chính là vợ mình. Chàng bèn xin hòa thượng cho hai cha con nghỉ lại ở chùa một đêm.

그날 밤 꿈에 아내가 나타났다.
"날 대신하여 아이를 키워줘요. 저는 영원히 당신의 충실한 아내예요. 못의 꽃을 하나 따면 내 마음에서 당신과 아가를 영원히 잊지 못한 걸 알 수 있을거에요. 스님께 우리 부부가 함께 행복하게 살지 못하게 한 사람은 바로 부옹 부부라는 것을 전해줘요".

Đêm ấy, chàng nằm mơ thấy nàng hiện về. Nàng nói:

– Chàng hãy nuôi con khôn lớn giùm thiếp. Trước sau, thiếp vẫn là người vợ thủy chung của chàng. Chàng hãy bẻ một cành hoa dưới hồ sẽ rõ lòng thiếp vẫn luôn vấn vương thương chồng con không dứt. Chàng hãy nói với hòa thượng rằng: Phật Bà đã cho thiếp biết, kẻ đã làm vợ chồng mình không còn được sống bên nhau chính là vợ chồng lão phú ông gian ác.

깨어나자마자 남편은 서둘러 아이를 데리고 이상한 꽃이 피는 못으로 갔다. 허리를 숙이고 붉은 꽃을 따서 꽃받침을 반으로 꺾었다. 들은 말처럼 꽃받침의 절반이 서로 떨어지지 않는 듯이 붙잡고 있었다. 남편이 울고 아이도 훌쩍훌쩍 울었다. 두 사람의 눈물이 못에 떨어져 물과 합쳐지는 자리 가까운 곳의 붉은 꽃은 명백하고 정결한 흰색의 꽃으로 변하게 되었다. 그리고 고상한 향기가 온 못에 퍼졌다.

Tỉnh dậy, chàng vội vàng dắt con ra đầm có loài hoa lạ. Chàng cúi xuống nâng nhẹ một bông hoa đỏ và bẻ đôi cuống hoa. Đúng như lời báo mộng. Những sợi tơ màu trắng như vấn vương níu hai nửa cuống không muốn rời nhau. Và chàng khóc, đứa con cũng thút thít khóc theo. Nước mắt họ nhỏ xuống, hòa vào nước đầm. Những bông hoa đỏ cạnh chỗ họ ngồi ngả màu thành những bông hoa trắng - một màu trinh bạch, thanh khiết và một mùi hương thơm ngào ngạt thoảng khắp mặt đầm.

마을 사람들이 이 얘기를 듣고 꺼이샌 "cây sen"의 이름을 지었다. 오늘날 연꽃은 여름에 핀다. 꽃을 피울 때 고상하고 정결한 모습은 이야기 속의 아내의 모습과 같다.

Sau đó dân làng biết chuyện bèn đặt tên cho cây lạ đó là cây Sen.

Ngày nay, hoa Sen thường nở vào mùa hè, khi hoa nở, nó mang đến một vẻ đẹp thanh cao, tinh khiết như vẻ đẹp của người vợ trong câu chuyện.

7. Sự tích cây Huyết Dụ

혈유나무의 유래

옛날 시장에 고기를 팔기 위해서 돼지를 사서 죽이는 도축자가 있었다. 그의 집은 마을 절 옆에 있었다. 매일 새벽 시간은 예법에 따라 승려가 일어나서 독경을 하고 규칙적으로 승려는 작은 스님을 깨워서 종을 치게 하였다. 그 때 역시 도축자가 돼지를 잡을 준비를 하는 때이기 때문에 그는 종소리가 매일 일을 하기 위해 자신을 깨우는 수단으로 알고 있었다. 그래서 언제나 어느 날이나 틀리는 법이 없었다.

Ngày xưa có một bác đồ tể chuyên mua lợn về giết thịt để mang bán ở chợ. Nhà bác ta ở bên cạnh một ngôi chùa làng. Hàng ngày, vào lúc mờ sáng là lúc sư cụ bên chùa theo lệ thường dậy tụng kinh. Và cũng theo lệ thường, sự cụ đánh thức chú tiểu dậy gõ một hồi chuông. Bấy giờ cũng là lúc bác đồ tể sửa soạn giết lợn cho nên bác ta quen lấy tiếng chuông chùa làm chừng để thức dậy làm việc hàng ngày. Cứ như thế ngày nào cũng như ngày nào không bao giờ sai lạc.

어느 날 승려는 꿈 속에서 한 부인이 작은 어린아이 다섯명을 데리고 자신 앞에 와서 절을 하고 또 하며 허겁지겁 말하였다. “살려 주세요, 살려 주세요!”

그 승려는 부인에게 말하였다.

“나무아미타불! 살리는 것은 어떻게 살리나요? 소승이 무엇을 해야 하나요?”

부인은 매우 두려운 모습으로 대답하였다.

“내일 화상께서는 종을 늦게 쳐 주세요. 그러면 우리 모자가 큰 은혜를 입을 것입니다.”

Một đêm nọ, sư cụ nằm mộng thấy một người đàn bà dắt năm đứa con nhỏ đến trước mặt mình rồi vái lấy vái để, miệng nói: “Xin cứu mạng! Xin cứu mạng” rối rít. Sư cụ hỏi người đàn bà:

– A di đà Phật! Cứu mạng là cứu thế nào! Bần tăng phải làm gì đây?

Người mẹ điệu bộ hãi hùng ấy trả lời:

– Ngày mai xin hoà thượng hãy cho đánh chuông chậm lại. Như vậy mẹ con chúng tôi rất đội ơn.

잠에서 깨어난 승려는 그 까닭을 이해할 수 없었다. 그러나 그 날 아주 이른 아침 꿈에서 알려주는 말을 따라 승려는 아주 작은 소리로 독경하고 기도하였다. 그리고 작은 스님이 종을 치러 가도록 깨우지는 않았다.

Nhà sư tỉnh dậy không hiểu thế nào cả. Nhưng tờ mờ sáng hôm đó, vâng theo lời báo mộng, sư cụ chỉ lâm râm đọc kinh cầu nguyện mà không đánh thức thức chú tiểu dậy thỉnh chuông.

한편 그 날 도축자는 깊은 잠에 빠졌다. 해가 중천에 뜰 때가 되어 울리기 시작하는 절의 종소리는 그를 깜짝 놀라 깨게 하였다. 날이 이미 대낮이 된 것을 보고 그는 평상시처럼 감히 돼지를 잡지 못했다. 왜냐하면 만약 고기를 잡아 가지고 시장에 갔을 때면 시장에 이미 사람이 거의 없을 것이기 때문이었다. 장날을 놓쳤기 때문에 화가 난 그는 서둘러 절에 가서 승려를 나무랐다. 승려는 이웃 사람인 그가 이해하도록 지난 밤 꿈 속의 이야기를 들려 주고 자신의 잘못이 아니라고 하였다.

Lại nói chuyện cũng hôm ấy bác đồ tể ngủ một giấc li bì. Mãi đến lúc mặt trời lên chừng một con sào, tiếng chuông chùa mới bắt đầu vang rền làm cho bác giật mình choàng dậy. Thấy trời đã quá trưa, bác không dám giết lợn như thường lệ vì nếu làm thịt thì khi đưa ra đến chợ, chợ đã vãn người rồi. Tức mình vì lỡ một phiên chợ, bác lật đật sang chùa trách sư cụ. Sư cụ cho biết câu chuyện nằm mộng đêm qua để phân trần với ông hàng xóm không phải lỗi tại mình.

그러나 자신의 집의 돼지 우리에 발을 들여놓았을 때 도축자는 아침에 죽이려고 어제 사놓은 돼지가 5마리의 새끼를 낳은 것을 보고 놀랐다. 기쁘기도 하고 두렵기도 하여 그는 모든 사람이 듣도록 이 신기한 일을 이야기하였다.

"암돼지 속에 숨어 있던 부인의 영혼이 자신의 새끼들을 죽음으로부터 구할 방법을 찾은 것이다."

Nhưng lúc bước chân về chuồng lợn nhà mình thì bác đồ tể ngạc nhiên thấy con lợn cái mua ngày hôm qua toan giết thịt, sáng đó đã đẻ được năm con lợn con. Vừa mừng vừa sợ, bác ta kể lại cho mọi người biết sự lạ lùng:

– Đúng là linh hồn người đàn bà ẩn trong con lợn cái đã tìm cách cứu bầy con của mình khỏi chết.

저절로 도축자는 그런 생각이 들었다. 그는 자기 손으로 수많은 생명의 피를 묻혔음을 알았다. 극도로 심한 후회 중에 그는 동물을 죽일 때 쓰는 박도를 들고 절에 찾아가 승려에게 그 마음을 하소연하였다. 그는 절의 마당에 자신의 칼을 박고 부처님께 이제부터는 그와 같은 직업을 포기하겠다고 맹세했다.

Tự nhiên bác đồ tể đâm ra suy nghĩ. Bác thấy bàn tay mình đã từng vấy máu biết bao nhiêu sinh mạng. Trong một lúc hối hận đến cực điểm, bác ta cầm con dao bầu chạy sang chùa bộc bạch nỗi lòng với sư cụ. Bác ta quả quyết cắm con dao của mình trước sân chùa, thề trước Phật đài từ nay xin giải nghệ.

그 후에 도살자가 어떻게 되었는지 모른다. 그러나 그의 칼은 피처럼 붉은 잎과 박도의 날처럼 뾰족한 잎의 나무가 되었는데, 사람들은 혈유나무(cây huyết dụ)라고 불렀다.

Không rõ bác đồ tể rồi sau đó thế nào, nhưng con dao của bác tự nhiên hóa thành một loại cây có lá đỏ như máu và nhọn như lưỡi dao bầu, người ta vẫn gọi là cây huyết dụ.

8. Sự tích cây Kim Giao

금교나무의 유래

옛날에 한 남자와 한 여자가 서로 아주 사랑하였다. 남자 이름은 낌(Kim), 여자 이름은 자오(Giao)였다. 두 사람의 가족은 모두 가난해서 1년 내내 남의 집 일을 하였다. 두 가족들은 서로 뜻이 맞아서 사돈을 맺고자 했다.

Ngày ấy có đôi trai gái yêu nhau tha thiết. Người con trai tên là Kim, người con gái tên là Giao. Cả hai gia đình đều rất nghèo túng. Quanh năm làm thuê, làm mướn. Hai bên bố mẹ Kim và Giao rất ưng thuận làm thông gia với nhau.

낌과 자오는 백년 가약을 맺기로 했다. 만약 서로 결혼하지 못한다면 이 세상에서 다른 사람과는 절대로 결혼하지 않고 그냥 살겠다고 했다. 그들의 사랑은 시내처럼 맑고 대보름 달처럼 밝았다

Kim và Giao đã từng thề thốt kết bạn trăm năm. Nếu không lấy được nhau thì họ sẽ ở vậy, chứ nhất định không lấy một ai khác ở trên thế gian này. Mối tình của họ trong như nước suối, sáng như trăng rằm

갑자기 나라가 외침을 당했다. 북방에서 적군이 쳐들어와 모든 곳을 탈취하여 군인과 주민들의 생활이 매우 궁핍해졌다. 적군과 지방의 관리가 서로 결탁하여 모든 것을 쓸어 가고 빼앗아 갔다. 온 지방에서 주민들의 저항 운동이 일어났고 모든 젊은이는 의병군에 가입하였다.

Bỗng nhiên đất nước có nạn ngoại xâm. Lũ giặc tràn từ phương Bắc sang, chiếm đóng khắp nơi, quân dân vô cùng cơ cực. Bọn giặc ngoại xâm và bọn quan lại địa phương cấu kết với nhau thỏa sức vơ vét, cướp phá. Khắp nơi nhân dân đã nổi lên chống lại. Tất cả trai tráng đều gia nhập nghĩa quân.

낌도 애국자들의 의병군 대열에 가입을 신청하였다. 그는 적군과 아주 용감하게 싸웠다. 그러나 결혼을 며칠 앞두고 적군의 손에 잡히고 말았다. 그들은 그를 인적없는 깊은 산악지역(그 곳은 오늘날의 Hoang Long 현, Cuc

Phuong 숲에 속한다.)으로 귀양 보내고 그 지역을 통치하는 관리인 꽌랑(Quan Lang)에게 맡겼다.

Kim cũng xin vào đội ngũ những người yêu nước. Anh đánh giặc rất dũng cảm. Trước ngày cưới mấy hôm thì anh sa vào tay kẻ thù. Chúng đày anh lên một vùng núi hoang vu mạn ngược (cứ như bây giờ vùng ấy thuộc vùng rừng Cúc Phương huyện Hoàng Long) và giao cho một quan lang cai quản.

낌은 꽌랑에게 감금되어 아주 심한 고문을 당했다. 매일매일 그들은 꽌랑의 집을 짓기 위해 산에 가서 나무를 자르고 돌을 옮겨와야 했다. 애인과 떨어진 날부터 그는 한없이 괴로워하였고, 고향을 그리워하지 않은 때가 없었다. 얼마 후 그 젊은이는 병에 걸려서 세상을 떠났다. 감옥에 있는 친구와 그 지방 사람들은 그를 숲 가운데 시내 쪽 옆에 묻었다.

Kim bị quan lang giam cầm tra tấn rất thậm tệ. Hằng ngày chúng bắt anh vào rừng đốn gỗ phá núi, lấy đá về xây nhà cho quan lang. Từ ngày phải xa người yêu, chàng đau khổ vô cùng, không lúc nào không nhớ đến quê nhà. Sau một thời gian lâm bệnh, người con trai ấy đã qua đời. Bạn tù và dân địa phương đã chôn cất anh ngay giữa rừng, bên một dòng suối.

아가씨에 대해 이야기를 한다. 애인이 적군에게 잡혀서 숲으로 귀양을 간 후 아가씨는 매우 슬퍼하며 끊임없이 그리워하였다. 아가씨가 젊고 예쁘기 때문에 마을의 이장은 그녀를 소실로 삼으려고 번번이 수작을 부렸다. 그러나 그 아가씨는 단호히 거절하였다.

Lại nói về chuyện cô gái. Sau khi người yêu bị giặc bắt và đày lên rừng, cô rất buồn và thương nhớ khôn nguôi. Vì cô còn trẻ đẹp nên tên lý trưởng trong làng đã nhiều lần đến gạ gẫm làm vợ lẽ hắn. Nhưng cô gái nhất quyết cự tuyệt.

그녀는 애인을 그리워하였기 때문에 마을을 떠나 그 젊은이를 찾아 숲으로 올라갔다. 그 여자가 사랑하는 사람을 찾아간다고 하자 듣는 사람은 누구나 감동하였다.

Vì nhớ thương người yêu nên nàng đã bỏ làng ra đi lên rừng tìm anh. Nói đến việc nàng đi tìm người yêu, ai nghe cũng phải cảm động.

여자 혼자 몸으로 멀고 먼, 험하디 험한 산과 숲으로 갔다. 사나운 맹수를 피하기 위해서 아가씨는 여러날 밤을 나뭇가지 위에서 자야 했다. 그 때 가는 길에는 도둑이 매우 많아서 아가씨는 그들의 눈에 띄지 않도록 거지로 분장해야 했다. 매일매일 계속 걷고 또 걸어서 드디어 아가씨는 그들이 사랑하는 사람을 가두어 놓은 곳을 찾아냈다.

Thân gái một mình, đường sá xa xôi, núi rừng hiểm trở. Có nhiều đêm nàng phải ngủ trên cây để tránh thú dữ. Bấy giờ dọc đường rất lắm trộm cướp, nàng phải đóng giả người ăn mày để chúng khỏi để ý. Đi bộ ngày này qua ngày khác, thế rồi nàng cũng tìm được đến nơi chúng giam người yêu.

도착하였을 때 애인은 이미 없었고 벼락이 치는 것 같은 소식에 구곡간장이 찢기는 것 같았다. 그는 애인의 무덤을 안고 비오듯 눈물을 흘렸다. 그 후 그녀는 미쳐버렸고 개울가 바로 옆에서 죽었다. 그 지방 사람들은 젊은이 무덤 옆에 그녀를 갖다 묻었다. 그 무덤은 한적한 숲 속 가운데 한 쌍으로 마주하고 있었다.

Khi đến nơi, người yêu không còn nữa. Tin sét đánh làm nàng như đứt từng khúc ruột. Nàng ôm lấy nấm mộ người yêu, nước mắt như mưa. Sau đó nàng đã hóa điên và chết ngay ở bên dòng suối. Nhân dân địa phương đem chôn nàng bên cạnh mộ người con trai. Hai nấm mộ nằm sóng đôi giữa rừng vắng.

그 후 두 무덤 사이에 한 그루의 나무가 아주 곧게 자라났다. 그 나무는 아직 누구도 본적이 없는 아주 신기한 나무였다. 잎의 앞 면은 윤이 나고 짙은 초록색이며 뒷 면은 은백색이었다. 나무에서는 향 냄새처럼 시원한 향기가 퍼졌다. 밤마다 그 나무에서는 사람이 노래하는 듯한 낮은 소리가 울려 퍼졌는데 한 맺힌 슬픈 소리로 들렸다.

Sau đó ở giữa hai nấm mộ mọc lên một cái cây rất thẳng. Thứ cây rất lạ, chưa ai thấy bao giờ. Lá cây phía trên có màu xanh thẫm rất bóng, phía dưới màu trắng bạc. Cây tỏa ra một mùi hương thơm ngan ngát như mùi trầm. Đêm đêm từ cây ấy vọng ra một thứ tiếng trầm trầm như tiếng người hát, nghe ai oán rất buồn.

꽌랑은 그 나무에 귀신이 있는 줄 알았다. 그는 몹시 두려워하여 칼을 가지고 나무를 잘랐다. 나무의 수액이 그의 얼굴에 튀자, 그의 두 눈이 멀었다. 그리고 집안의 아내와 자식은 중병에 걸렸다.

Quan lang thấy vậy tưởng là cây có ma. Hắn rất hoảng sợ liền đem dao ra chặt cây đi, nhựa cây bắn vào mặt hắn, tự nhiên hai mắt hắn mù tịt. Còn vợ con trong nhà thì sinh ốm đau thập tử nhất sinh.

그런데 그 나무는 꽌랑에게 잘려진 후에 다시 싹이 트고 얼마 가지 않아 다시 옛날처럼 푸르러졌다. 그때부터 아무도 감히 나무를 자르지 못했다. 그 지방 사람들은 그 나무를 아주 좋아했다. 감기에 걸린 많은 사람들은 한 줌을 따다가 약물에 넣어서 끓여 쏘이면 나았다. 그러나 이 나무 종류의 가장 신기한 일은 그 나무로 젓가락을 만들어서 음식에 찍어보았을 때 독이 있으면 검은 거품이 난다는 것이다. 그래서 그 귀한 나무는 수많은 사람들을 원통한 죽음으로부터 구할 수 있었다.

Còn cái cây sau khi bị quan lang chặt, lại bật chồi lên, chẳng bao lâu cây lại xanh tốt như cũ. Từ đấy trở đi không ai dám chặt nữa. Nhân dân trong vùng rất yêu quý giống cây ấy. Nhiều người bị cảm bức một nắm đem bỏ vào nấu nước xông sẽ khỏi, nhưng điều kì lạ nhất của giống cây này là gỗ của nó đem vót làm đũa ăn cơm, khi nhúng vào thức ăn có thuốc độc, đũa sẽ sủi ngay lên một thứ bọt đen báo cho ta biết. Vì vậy thứ gỗ quý ấy đã cứu được bao nhiêu người khỏi chết oan.

사람들은 그 신기한 나무 종류를 낌자오라고 불렀다. 오늘날 누구라도 꾹프엉 원생림에 가면 낌자오 나무로 만든 젓가락 한 쌍을 기념으로 받게 된다.

Nhân dân gọi tên giống cây lạ ấy là Kim Giao. Ngày nay, ai đến thăm rừng nguyên sinh Cúc Phương cũng được biếu một đôi đũa bằng gỗ Kim Giao để đem về làm kỷ niệm.

9. Sự tích cây Rau Răm

라임의 유래

옛날에 아주 가난한 집이 있었는데, 일년 내내 두 부부는 남의 집에서 일을 하여도 먹을 것이 부족하였다. 그래서 어느날 남편은 동탑므어이(Đồng Tháp Mười – 구룡강 평야의 물에 잠긴 지역)에 있는 시장에 물고기를 팔아 쌀을 살 돈을 마련하기 위해서 그물을 가지고 물고기를 잡으러 갔다가 불행하게도 독사에게 물려 죽었다. 아내는 혼자서 세 명의 아이와 병에 걸린 늙은 어머니를 봉양했다.

Ngày xưa có nhà kia nghèo lắm, quanh năm suốt tháng hai vợ chồng đi làm thuê mà vẫn không kiếm đủ miếng ăn. Một bữa nọ, người chồng vào Đồng Tháp Mười giăng câu thả lưới bắt cá để đem ra chợ bán lấy tiền mua gạo, không may bị rắn độc cắn chết. Người vợ một mình nuôi ba đứa con với mẹ già bệnh tật.

그러던 어느날, 중병에 걸린 시어머니는 죽음에 이르러 편히 눈을 감기 위하여 죽 한 그릇을 간청했다. 아이들은 배가 고파서 울며 보채었지만 집에는 쌀 한 톨도 없었다. 어쩔 수가 없이 그 아내는 향관 (hương quản −프랑스 지배 시대 남부지방의 경찰 임무를 맡은 직위)의 집에 쌀을 빌리러 갔다. 그 향관은 승낙하며 그녀를 곡식창고 쪽으로 데려갔다. 여자가 머리를 숙이고 쌀을 푸는데 그 향관이 여자의 허리를 쓰다듬으면서 물었다.

"남편이 죽었는데 집에서 혼자 잠을 자면 춥지 않냐?"

Bữa ấy, người mẹ chồng bệnh trọng gần chết, bà phều phào xin chén cháo để nhắm mắt cho yên. Đàn con nhỏ thì đói ăn kêu khóc. Trong khi ấy, nhà chẳng còn hột gạo nào. Chẳng còn cách gì, người vợ đành đến nhà hương quản vay lúa. Hương quản đồng ý cho vay, dẫn chị đến bên vựa lúa để xúc. Nhân lúc chị đang cúi xúc lúa, hương quản vuốt lưng chị rồi hỏi:

– Chồng chết rồi, nàng ngủ một mình có lạnh lắm không?

그녀는 몹시 화가 나서 쌀을 놓고 집에 돌아갔다. 집에 다다라서 아이들의 울음소리와 어머니의 끙끙거리는 소리를 듣고 그녀는 마음이 아팠다. 동네 한 바퀴를 다 돌아도 그녀는 어느 집이나 가난하기 때문에 쌀이나 볍씨를 빌릴 수 없었다. 그녀는 다시 그 향관의 집에 가야 했다. 그녀가 온 것을 보고 향관은 웃었고, 그녀는 피가 끓어올라 다시 집에 돌아왔다. 그렇게 대여섯번으로 가고 돌아오다 결국 그녀는 향관 집에 들어가지 않으면 안 되었다.

Giận lắm, chị bỏ lúa, đi về nhà. Tới nhà, nghe tiếng con khóc, mẹ già rên, chị cầm lòng không đậu. Đi loanh quanh khắp ấp một hồi, chị chẳng mượn ai được gạo, thóc vì nhà ai cũng nghèo cả. Chị lại phải tới nhà hương quản. Thấy chị tới, hương quản cười, chị tức sôi gan bỏ về nhà. Năm lần bảy lượt như vậy, cuối cùng chị đành phải bước vô nhà hương quản.

그렇게 하여 향관은 그녀를 붙잡아 말을 듣게 하고 그의 성욕을 채우기 위하여 그녀를 욕보인 후 그녀에게 쌀을 가지고 돌아가도록 주었다. 그녀가 쌀 통(thúng)을 머리에 이고 돌아가는데 마을 지나가는 길에서 사람들이 조롱하는 말을 들었다. 집에 돌아와 그녀는 시어머니에게 죽을 먹여주었다. 시어머니의 병세는 나날이 중해져서 오래지 않아 어머니는 돌아가셨고 어머니를 매장한 지 며칠 후 그녀 역시 세상을 떠났다.

Thế là hương quản bắt chị nghe lời, hắn làm nhục chị để thỏa mãn thú tính rồi cho chị mang lúa về. Chị đội thúng lúa về, đi dọc đường trong ấp, nghe tiếng bà con chê chảy suốt dọc đường. Về tới nhà, chị cho mẹ chồng ăn cháo. Bệnh tình của mẹ chồng chị ngày càng nặng, không lâu sau bà cũng mất, chôn cất mẹ chồng xong, mấy hôm sau chị cũng qua đời.

그 후 길가에서 흘린 그녀의 눈물은 작은 잎을 가진 한 나무로 변하였다. 잎의 앞 면은 푸른빛이었지만 뒷 면은 아주 짙은 보랏빛인데, 맛은 쓰고 향은 향기로웠다. 세상 사람들은 그 나무를 라우람(Rau răm)이라고 불렀다. 민간에서는 다음과 같은 노래가 생겼다.

"바람은 까이나무를 하늘로 데려가고
남겨진 라우람은 쓰고 매운 말을 감내한다."

Về sau những giọt nước mắt chảy hai bên vệ đường của chị mọc thành một loài cây lá nhỏ, mặt trên xanh biếc mà mặt dưới lá tím bầm, vị thì đắng, mùi thì thơm. Người đời gọi loài cây ấy là cây Rau Răm và trong dân gian có câu hát:

"Gió đưa cây Cải về trời
Rau Răm ở lại chịu lời đắng cay"

10. Vì sao cây có nhựa không rụng lá về mùa Đông?

수액이 있는 나무가 왜 겨울에 잎이 안 떨어질까

옛날 옛날에 날씨가 아주 추운 해가 있었다. 겨울이 다가오자 철새들은 모두 봄까지 추위를 피해 남쪽으로 갔다. 날개가 부러진 작은 새 한 마리는 멀리 날아가지 못했다. 그는 "어떻게 살아야 할까?" 하며 어쩔 줄 몰랐다. 그는 따뜻한 곳을 찾아 여기저기 돌아보았다. 아주 아주 큰 숲의 큰 나무들을 보고 그는 생각했다. "아마 그 나무들은 겨울에 날 가려줄 것이야" 그는 뛰면서 날면서 절룩거리며 숲 가장자리에 이르렀다.

Ngày xửa ngày xưa, có một năm trời rét lắm. Mùa đông đang đến. Tất cả chim di trú đều bay về phương Nam tránh rét đến mùa Xuân. Có một chú Chim nhỏ bị gãy cánh không bay xa được. Chú không biết mình sẽ sống thế nào? Chú nhìn khắp mọi nơi mong tìm một chỗ ấm. Thấy những cây to trong rừng đại ngàn, chú nghĩ: "Có lẽ những cây đó sẽ che chở cho mình trong mùa Đông." Chú tập tễnh đến bìa rừng, vừa nhảy vừa bay.

그가 만난 첫 번째 나무는 은백색 잎을 가진 자작나무였다. 불쌍한 새가 말했다.

"아름다운 퐁 아줌마! 아줌마는 제가 따뜻한 봄까지 나뭇가지 위에 있게 해주시면 안 될까요?"

"아! 아!" 퐁나무가 외치기를 "이상한 말을 하네! 나는 돌보아야 할 많은 가지가 이미 있어. 너는 가, 가!"

Cây đầu tiên chú gặp là một cây Phong lá bạc trắng. Chú chim tội nghiệp nói:

– Bác Phong xinh đẹp ơi! Bác có vui lòng cho cháu trú trên cành cây đến mùa xuân nắng ấm không?

– A! A! – cây Phong kêu lên – Nói mới lạ lùng làm sao! Ta đã có quá nhiều cành phải trông coi rồi. Chú đi đi!....

작은 새는 다시 절룩거리며 다른 나무로 날아갔다. 이 나무는 울창한 너도밤나무 이었다.

"크고 큰 쏘이 아저씨!" 작은 새가 말하였다. "따뜻한 계절까지 아저씨의 가지 위에 머무르게 해주시면 안 될까요?"

"그 무슨 이상한 말이야!" 너도밤나무가 답했다. "내가 너를 가지 위에 있게 해주면 너는 나의 과일을 다 쪼아먹잖아! 얼른 가!"

Con Chim bé nhỏ lại tập tễnh bay sang một cây khác. Đây là một cây Sồi rậm rạp.

– Bác Sồi to lớn ơi! – Chim bé nhỏ nói – Bác có vui lòng cho cháu trú trên cành của bác sang mùa nắng ấm không?

– Nói gì mà kì thế! – Cây sồi đáp – Nếu ta để chú trú trên cành, chú sẽ mổ hết quả của ta! Chú đi đi!

작은 나무는 뛰면서 절룩거리며 강가에 있는 큰 버드나무(cây liễu)로 날아갔다.

"예쁜 리에우(Lieu) 아줌마, 따뜻한 계절까지 아줌마의 가지 위에 제가 머무르게 해주시면 안 되세요?"

"절대 안돼!" 버드나무가 답했다. "나는 누구라도 낯선 사람을 있게 해본 적이 없다. 빨리 가!"

Con Chim bé nhỏ lại vừa nhảy vừa tập tễnh bay đến một cây Liễu to cạnh bờ sông:

- Bác Liễu xinh đẹp ơi! - Chú nói- Bác có vui lòng cho cháu trú trên cành của bác sang mùa nắng ấm không?

– Dứt khoát không! – Cây Liễu đáp – Ta chẳng cho ai lạ ở nhờ bao giờ. Chú đi đi!.

불쌍한 새는 누구한테 의지해야 할지 몰랐다. 그러나 그는 여전히 부러진 날개로 뛰며 허우적거리면서 날았다.

뚱나무(소나무 일종)가 보고 즉시 묻는다.

"작은 새야, 너는 어디로 가니?"

Con chim khốn khổ không còn biết trông cậy vào ai. Nhưng nó vẫn nhảy, vẫn tập tễnh bay với cái cánh gãy. Một cây Tùng trông thấy, liền hỏi:

– Chú chim nhỏ bé, cháu đi đâu vậy?

"어디로 갈지 저도 몰라요. 큰 나무들은 겨울 동안 머무르게 해주지 않는데다 날개가 부러졌기 때문에 멀리 날 수가 없어요."

– Cháu chẳng biết nữa. Các cây lớn không muốn cho cháu trú qua mùa đông. Mà cháu thì không thể bay xa vì cánh cháu bị gãy.

"나한테 와." 뚱나무가 말했다. "마음에 드는 가지를 골라봐. 자! 내가 생각하기에 아마 이쪽은 바람이 잘 안 불어올 거야."

– Hãy đến với bác – Cây Tùng nói – Cháu có thể chọn cành cháu ưa thích nhất. Này! Bác nghĩ có lẽ phía này kín gió hơn.

"네, 너무 고맙습니다. 겨울 동안 여기 있어도 될까요?"

Vâng, rất cám ơn bác! Nhưng cháu có thể ở đây suốt mùa đông không?

"물론이지, 내 친구가 되어 줘."

– Tất nhiên, cháu sẽ làm bạn với bác.

옆에 있는 소나무가 뚱나무의 가지에서 허우적거리는 작은 새를 보고 즉시 말했다.

"나의 가지는 잎은 울창하지 않지만 내가 크고 튼튼하기 때문에 뚱가지에 부는 바람을 가려 줄 수 있어."

Cây Thông đứng cạnh thấy con Chim nhỏ tập tễnh trên cành cây Tùng liền nói:

– Cành cây của bác lá không rậm nhưng bác có thể che gió cho cây Tùng bởi vì bác to và khỏe.

그래서 작은 새는 뚱나무 가장 큰 가지 위에 바람이 잘 불지 않는 구석에 자리를 잡았다. 소나무는 겨울 내내 바람을 막아주었다.

Thế là chú Chim nhỏ thu xếp được một góc kín đáo trên cành to nhất của cây Tùng.

Cây Thông che gió cho trong cả mùa đông

우리의 작은 새는 바람이 불지 않고 따뜻한 나무에 있는 구덩이가 있어서 아주 만족하였고 매일 측백나무 (빠익– Bách)에 가서 과일을 먹었다.

Chú Chim nhỏ của chúng ta rất hài lòng được sống trong một hốc cây kín gió, ấm áp và hằng ngày bay sang cây Bách ăn quả.

주변 나무들이 그와 같은 것을 보고 수근거렸다.

자작나무가 말했다.

"나는 낯선 새에게 가지를 빌려주는 것을 좋아하지 않아"

Những cây xung quanh thấy thế xì xào.
Cây Phong bảo:
– Tôi không thích cho bọn chim lạ mượn cành.

너도밤나무가 말했다.
"나는 걔가 내 열매를 모두 다 먹어버릴 까봐 두려워."

Cây Sồi nói:
– Tôi thì sợ nó ăn hết quả.

버드나무가 말했다.
"나는 낯선 사람이랑 얘기해본 적이 없어."

Cây Liễu nói:
– Tôi thì không bao giờ chuyện trò với kẻ lạ.

그리고 세나무는 교만하게 기지개를 뻗었다.

Và cả ba rướn mình lên một cách kiêu hãnh.

그날 밤 북서풍이 숲에 몰아쳤다. 바람이 무성한 잎들 위로 매몰차게 불어와 만지는 잎사귀마다 그 잎들은 땅으로 다 떨어졌다. 바람은 잎이 다 벌거벗은 나무 숲을 좋아해서 나무 위의 모든 잎들을 만지고 싶어했다. 그는 산의 신에게 물었다.

"내가 어떤 나무하고도 놀 수 있지요?"

"아니" 산신이 말했다. "불편한 작은 새에게 좋게 대하는 나무는 잎을 유지시켜야 한다."

Đêm ấy gió bấc ập về trong rừng. Gió thổi lạnh buốt trên vòm lá, sờ đến cái lá nào, lá ấy rụng xuống đất. Gió muốn sờ đến tất cả mọi lá trên cây vì nó thích nhìn thấy rừng cây trụi lá. Nó hỏi thần Núi:

– Có phải tôi có thể đùa với bất kì cây nào không bác?

– Không – Thần Núi bảo – Những cây tốt với con Chim nhỏ tàn tật có thể giữ lá lại.

그래서 뚱나무, 측백나무, 소나무는 겨울에서 봄까지 잎을 유지하게 되었다. 그리고 그때부터 지금까지도 그와 같다.

Thế là cây Tùng, cây Bách, cây Thông được giữ lá lại suốt mùa đông sang mùa xuân. Và từ đó đến tận bây giờ vẫn thế.

11. Cây Tùng con

작은 뚱나무 이야기

옛날 숲에서 모든 나무가 잎이 있고 뚱나무만 단지 가시가 있었다. 그는 몹시 속상했다.

Ngày xưa, giữa một khu rừng toàn cây có lá, có một cây Tùng chỉ toàn gai là gai. Nó buồn phiền lắm.

"친구들은 모두 예쁜 잎, 푸른 잎이 있는데 나는 단지 가시만 있어. 나는 친구들이 부러워하도록 모두 금빛으로 된 잎들을 갖고 싶어!"

– Tất cả các bạn đều có lá đẹp, lá xanh. Riêng ta chỉ có gai; để cho chúng thèm muốn, ta muốn có tán lá toàn bằng màu vàng!

다음날 깨어나 보니 갑자기 그의 눈이 부셨다.
"내 가시는 어디 갔지? 아무것도 없네. 하느님이 내가 원하는 금의 잎들을 나에게 주셨어. 나는 너무 행복해!"

Sáng hôm sau, ngủ dậy, nó bỗng lóa mắt:
– Gai của ta đâu? Chẳng có cái nào. Trời đã cho ta những chiếc lá bằng vàng mà ta cầu mong. Ta sung sướng quá!

이웃 나무들은 그것을 보고 서로 떠들었다.
"작은 뚱나무, 그의 잎은 모두 금이야."

Những cây láng giềng nhìn nó, kháo nhau:
Xem kía, cây Tùng nhỏ, lá nó hoàn toàn bằng vàng.

어느 날 도둑놈이 숲에 가서 듣고 속으로 생각했다.
"뚱나무 잎은 금이야. 금으로 만든 잎을 가진 뚱나무, 그것은 내가 관심이 있는 거야!" 다른 사람에게 잡힐까봐 그 날 오후에 그는 큰 봉지를 가지고 다시 돌아왔다. 그는 작은 뚱나무의 잎을 하나도 남김없이 깨끗하게 땄다.

Một tên kẻ trộm vào rừng, nghe được, thầm nghĩ:
– Một cây Tùng lá bằng vàng, đó là điều ta cần quan tâm đấy! Sợ

người ta bắt gặp, chiều hôm đó hắn ta mới quay lại, mang theo một cái túi to. Hắn hái sạch lá của cây Tùng nhỏ không chừa cái nào.

그 다음 다음날 아침 그는 자기의 벌거벗은 모습을 보고 너무 속상해서 울음을 터뜨렸다.
"나는 도둑놈이 잎을 깔끔하게 다 따갔기 때문에 금잎을 갖고 싶지 않아. 나는 수정으로 된 잎을 갖고 싶어. 수정은 반짝반짝거리잖아."

Sáng hôm sau nữa, cây Tùng nhỏ khốn khổ thấy mình trơ trụi, bật khóc.
– Ta không muốn có lá bằng vàng nữa vì bọn kẻ trộm sẽ vặt sạch chẳng còn gì. Ta muốn có tán lá bằng thủy tinh. Thủy tinh sáng óng ánh.

다음 날 아침, 일어나니, 그는 갑자기 원하는 대로 잎을 갖게 되었다. 만족한 그는 혼자 중얼거렸다.
"금잎 대신에 수정잎을 갖게 되어서 안심이야. 어느 누구도 도둑질하지 않을 거야."

Sáng hôm sau, thức dậy, nó bỗng có tán lá như mong muốn. Hài lòng, nó tự nhủ:
– Thay vào những lá bằng vàng, ta có lá bằng thủy tinh. Thế là yên tâm, chẳng ai trộm cắp.

이웃들은 다시 보고 서로 떠들었다.
"저기 작은 뚱나무 그 잎이 모두 정말 예쁜 수정이야."

Láng giềng lại nhìn nó và kháo nhau:

– Kìa, cây Tùng nhỏ, lá nó toàn bằng thủy tinh đẹp tuyệt.

그러나 오후가 되어 태풍이 일어났다. 작은 뚱나무가 힘껏 간청했으나 바람이 그냥 나무를 흔들어 나무 잎이 남김없이 깨끗이 부서졌다.

Nhưng chiều đến, bão nổi lên, cây Tùng nhỏ cố sức van xin, gió vẫn rung cây, lá vỡ sạch không sót cái nào.

다음날 아침, 작은 뚱나무는 속상하여 다시 울었다.
"나는 정말 불쌍해! 또 한번 나는 민둥민둥해졌어. 나의 금잎은 도둑에게 도둑질을 당하고 유리의 잎은 바람에 깨졌어. 지금은 나도 친구처럼 푸른 잎을 갖고 싶어."

Sáng hôm sau, cây Tùng nhỏ khốn khổ lại khóc:
– Ta khổ sở biết bao! Lại một lần nữa, ta thành trơ trụi. Lá bằng vàng của ta, kẻ trộm lấy trộm. Lá bằng thủy tinh của ta bị gió đánh vỡ. Bây giờ, như bạn bè, ta muốn có những cái lá màu xanh.

다음날 깨어났을 때 그는 그가 원하는 대로 만족하게 되었다.
"나는 진짜 만족해. 이제 마음 편하게 지내도 되니 걱정 안 해도 되겠다."

Hôm sau, khi tỉnh dậy, nó lại được thỏa mãn điều mà nó mong muốn.
– Ta hài lòng xiết bao! Bây giờ thì yên tâm, không sợ gì nữa.

이웃들은 그를 보고 떠들었다.
"저기 봐, 작은 뚱나무. 자, 자, 자!.... 그는 우리와 역시 같아."

Láng giềng lại nhìn nó và kháo nhau:
− Kìa, cây Tùng nhỏ. Này, này, này!.... Nó cũng như chúng ta!

그러나 엄마 염소와 염소새끼 무리들이 갑자기 나타났다. 막 푸른 잎이 솟아난 뚱나무를 보았다. 엄마 염소가 말했다.
"이리 와! 이리 와 애들아! 어서 먹어라! 다 먹어라!"

Nhưng một con Dê mẹ và bầy con chợt đến. Thấy cây Tùng con mới ra lá non, Dê mẹ bảo:
− Lại đây! Lại đây các con! Ăn thoải mái đi! Ăn hết!

순식간에 새끼 염소들은 작은 뚱나무 잎을 다 먹어치웠다. 그날 저녁, 작은 뚱나무는 민둥민둥해졌다. 그는 몸을 떨고 어린 아이처럼 흐느껴 울었다.
"그들이 다 먹어버렸어, 나는 아무것도 남은 게 없어 나는 푸른 잎, 수정잎, 금잎. 잎을 깨끗이 다 잃었어. 만약 가시를 다시 돌려준다면 얼마나 좋을까!"

Trong trốc lát, bầy dê con vặt trụi lá cây Tùng nhỏ. Chiều hôm đó, cây Tùng nhỏ trơ trụ, run rẩy khóc nức nở như một em bé:
− Chúng đã ngốn sạch, ta chẳng còn gì. Ta đã mất sạch lá, lá xanh, lá bằng thủy tinh, lá bằng vàng. Nếu trả gai lại cho ta thì hay biết mấy!

그리고 다음 날, 일어났을 때 작은 뚱나무는 어떠한 불평도 하지 않았다. 그는 또한 전처럼 가시를 갖게 되었다.
그는 얼마나 기쁜지 몰랐다! 자신의 모습을 보고 교만한 습관을 고쳤다. 그리고 이웃들은 또한 그를 보면서 서로 이야기하였다.
"저 작은 뚱나무, 그가 옛날로 돌아왔어요."

Thế là hôm sau, khi tỉnh dậy, cây Tùng nhỏ không còn gì phải phàn nàn nữa, nó lại có gai như thuở nào!

Nó sung sướng xiết bao! Nó tự ngắm mình, chừa được thói kiêu căng. Và láng giềng lại vừa nhìn nó, vừa bảo nhau:

– Kìa cây Tùng nhỏ. Nó lại như xưa.

12. Những cây Đa Bác trồng

호치밍이 심은 다나무들

박 호(호 할아버지)는 1959년부터 "나무 심는 날" 운동을 시작했다. 그 후 우리나라 땅을 푸르게 가꾸기 위하여 나무 심는 운동을 상기시키며 격려하고 지켜보았다. 박호는 "설날에 나무를 심는 것은 1년 내내 나무를 심는 일을 시작하는 것이다"라고 했다.

Bác Hồ bắt đầu phát động Tết Trồng cây từ năm 1959. Từ đó Người thường xuyên theo dõi, nhắc nhở, động viên phong trào trồng cây cho đất nước xanh tươi. Bác Hồ đã viết: "Tết trồng cây là ngày mở đầu cho việc trồng cây suốt cả năm."

박호가 어디에서나 나무를 심는 사진을 보면 우리는 그가 사랑스럽고 즐거운 눈빛으로 나무에 대한 사랑을 실천하는 것을 알 수 있다. 특히 박호는 생전에 다나무 여섯 그루를 심었다. 박호가 나무 심는 날을 기점으로 심은 첫 다나무는 통일공원 (Công viên Thống Nhất – 지금은 하노이 Lenin공원)에 있고 마지막 다나무는 바 비(Ba Vi)성, 벗 라이(Vat lai)리에 있다.

Nhìn những tấm ảnh Bác Hồ trồng cây ở khắp nơi, chúng ta đều thấy ánh mắt trìu mến và vui tươi, thể hiện một tình yêu cây của Bác. Đặc biệt, lúc sinh thời Bác Hồ đã trồng sáu cây đa. Cây đa đầu tiên Bác trồng mở đầu cho Tết trồng cây là ở Công viên Thống Nhất, nay là Công viên Lênin Hà Nội. Cây đa cuối cùng là ở xã Vật Lại, Ba Vì.

박호가 심은 다나무의 기원담을 얘기하고자 한다.

Xin kể lại một vài sự tích về những cây đa Bác trồng:

1965년 1 월 31 일 아침, 동아잉 현(Dong Anh 현), 동호이(Dong Hoi) 면에서 나무 심는 날 운동이 벌어졌다. 나무를 심는 국민들은 아주 붐볐다. 어린이가 치는 활기찬 북 소리 속에 노인들이 열심히 땅에 구멍을 파고 나무를 세웠다.

Sáng ngày 31 tháng 1 năm 1965, huyện Đông Anh tổ chức Tết Trồng cây ở xã Đông Hội. Nhân dân đi trồng cây rất đông. Trong tiếng trống ếch rộn ràng của các cháu thiếu nhi, các cụ già hăng hái đào hố, đặt cây.

바로 그때 박호가 방문하였다. 모든 사람들은 서로 다투어 박호를 둘러쌌다. 호치밍은 어린이가 조용히 하도록 손을 흔들고 나서 즐겁게 얘기했다.
"여러분, 10그루의 나무를 심어 10그루 다 사는 것이 더 낫습니까? 아니면 60그루를 심어 60그루 다 죽는 것이 낫습니까?"

Đúng lúc đó thì Bác Hồ đến thăm! Mọi người chen nhau vòng quanh Bác. Bác vẫy tay cho các cháu thiếu nhi im lặng rồi nói vui:
– Các cụ, các chú trồng mười cây sống cả mười cây thì hơn, hay trồng sáu mươi cây chết cả sáu mươi?

"10그루를 심고 10그루 다 사는 것이 나은 거예요."

– Thưa Bác, chúng cháu quyết trồng mười cây ăn cả mười ạ.

호치밍은 그와 같은 것이 좋다고 칭찬했다. 그리고 호치밍은 바지를 올리고 모든 사람들과 함께 언덕에 올라갔다. 여기에 사람들은 넓은 구멍을 파고 있었다. 모든 사람들은 호치밍을 모시고 노인들과 함께 다나무 한 그루를 심자고 하였다. 호치밍은 즐겁게 동의하였다. 다나무를 조심스럽게 살펴보고 나무를 똑바로 세우고 호치밍은 모든 사람들과 함께 좋은 흙을 펴서 나무 뿌리를 덮었다.

Bác khen như thế là tốt. Rồi Bác xắn quần cùng mọi người đi lên gò. Ở đây bà con đang đào một cái hố rộng. Mọi người mời Bác cùng các cụ già trồng một cây đa. Bác vui vẻ nhận lời. Xem lại cây đa cẩn thận, đặt cây cho thẳng, rồi Bác cùng mọi người xúc đất tốt đắp vào gốc cây.

그때부터 동호이(Dong Hoi) 노인들은 번갈아 호치밍이 심은 다나무를 돌보았다. 다나무는 나날이 자라나서 마을 사람들은 언덕 주변에 벽돌벽을 세우고, 지나가기 쉽도록 길에 층계를 만들었다. 지금 그 다나무는 벌써 45년이 되었다. 모든 사람들은 지나가다가 박호가 심은 다나무 그늘 밑에 앉아서 쉰다.

Từ đấy, các cụ già làng Đông Hội thay nhau chăm sóc cây đa Bác trồng. Cây đa ngày càng lớn, bà con bảo nhau xây tường gạch bao quanh gò, có đường lên xây bậc rất dễ đi. Giờ đây cây đa lớn đã được 45 năm. Mọi người qua lại vẫn thường ngồi nghỉ dưới bóng mát của cây đa Bác Hồ.

1969년 기유년 – 호치밍의 마지막 설날

Tết Kỷ Dậu 1969 – Cái Tết cuối cùng của Bác.:

요즘은 건강이 예전보다 많이 약해졌다. 의사는 박호가 많이 다니지 않도록 하라고 권유했다. 설날을 앞두고 부끼 동지에게 물어보았다.
"끼, 이번 설에 자네들은 나에게 어디를 방문하도록 준비하고 있는가?"

Hồi này sức khỏe của Bác đã yếu hơn trước. Bác sĩ dặn dò cần tránh để Bác đi lại nhiều. Gần Tết, Bác hỏi đồng chí Vũ Kỳ:
– Chú Kỳ, Tết này các chú đã chuẩn bị cho Bác đi thăm những đâu?

그리고 호치밍은 갑자기 더 물어보았다.
"자네는 내가 나무 심는 날을 제정한지 올해로 몇 년인지 기억하는가?"
"10년째입니다."

"맞아! 나무 심는 날 운동 10년차를 맞이하여 내가 성적이 좋은 한 지방에 나무를 심으러 가도록 준비해줘."

Rồi Bác bỗng hỏi thêm:

– Chú có nhớ Bác phát động Tết trồng cây năm nay là năm thứ mấy rồi không?

– Thưa Bác, năm thứ mười ạ.

– Đúng! Nhân dịp kỷ niệm mười năm Tết trồng cây, chú bố trí cho Bác đi trồng cây ở một địa phương có thành tích.

그리고 호치밍은 계속 얘기했다.

"자네들도 틀림없이 기억하겠지만 지금부터 5~6년 전 가장 나무를 잘 심는 지방에 갔을 때 우리는 쭝하(Trung Ha) 근처에서 잠깐 쉬었어. 앞에 있는 민둥산을 보고 나는 하 떠이(Ha Tay)성 인민위원장과 비서동지들에게 노인들을 동원하여 나무를 심을 필요가 있다고 말했지. 지금 그 곳은 이미 아름다운 동산이 되었어! 그래서 이번 설에는 그곳을 방문하여 우리 동포 설날을 축하해야 해. 그 곳은 바로 바비현, 벗라이 면이야."

Rồi Bác nói tiếp:

– Chắc chú còn nhớ cách đây năm, sáu năm, khi đi thăm xã trồng cây khá nhất, chúng mình có ghé nghỉ ở gần Trung Hà. Nhìn phía đồi trọc trước mặt, Bác có dặn đồng chí bí thư và chủ tịch Hà Tây là cần động viên các cụ trồng cây. Bây giờ, nơi đó đã thành một đồi cây đẹp rồi! Cho nên Tết này ta phải đến thăm và chúc Tết đồng bào. Nơi đó chính là xã Vật Lại, huyện Ba Vì.

부끼 동지가 이야기 하였다.

Đồng chí Vũ Kỳ kể:

"저는 길이 조금 멀어서 걱정했어요. 뜻밖에 박호는 더 말씀하시기를 호자오(Ho Giao) 아저씨의 가축을 기르는 농장과 남쪽의 어린이들, 또 응엔 반 쪼이(Nguyen Van Troi)학교와 농업을 잘하는 합작사를 방문하고 싶어하셨어요. 그후 우리는 팜반동(Pham Van Dong) 수상이 박호에게 말씀드리도록 부탁했어요. 그래서 그해 설날에 호치밍이 방공 군인과 공군을 방문하시고 점심때 벗라이(Vat Lai)면에 가셨어요."

Tôi đã thấy lo lo vì đường sá hơi xa. Không ngờ Bác lại nói thêm, muốn vào thăm trại chăn nuôi của chú Hồ Giáo, thăm các cháu miền Nam, Trường Nguyễn Văn Trỗi và một hợp tác xã nông nghiệp giỏi nữa. Sau đó, chúng tôi phải sang nhờ Thủ tướng Phạm Văn Đồng nói hộ với Bác, và thế là Tết năm ấy Bác đã đi thăm bộ đội phòng không, không quân, rồi trưa về thăm xã Vật Lại.

호치밍은 벗라이에 가서 마을 사람들과 인사한 후 바로 한 그루의 다나무를 심으러 언덕에 올라갔다. 심기 전에 호치밍은 그 지역 당비서 동지에게 물었다.

"이 다나무가 뿌리가 있습니까?"

Đến Vật Lại, chào hỏi bà con xong, Bác lên ngay trên đồi trồng một cây Đa. Trước khi trồng, Bác hỏi đồng chí bí thư đảng ủy:

– Cây đa này có rễ không chú?

"예, 뿌리가 있지요!"

– Thưa Bác có rễ chứ ạ!

우리는 왜 그런 질문을 하였는지 궁금했는데 호치밍은 바로 설명하였다. 한번은 호치밍이 이와 같이 나무를 심으러 갔는데 동지들이 미리 준비를 못하였기 때문에 큰 가지를 바로 자르고 구멍에 넣은 후 호치밍더러 흙을 퍼서 심으라고 한 적이 있었다고 한다.

Chúng tôi chưa hiểu vì sao Bác lại hỏi thế, thì Bác đã giải thích luôn, có lần Bác cũng đi trồng cây thế này, nhưng các đồng chí ấy không chuẩn bị trước, nên chặt luôn một cành cây to cắm xuống, rồi mời Bác xúc đất trồng cây.

듣더니 모두 환하게 웃었다.

Nghe xong, Bác cháu đều cười vui vẻ.

지금 벗라이에서 호치밍이 심은 마지막 다나무가 40살이 넘었다. 역시 호치밍이 서거한지도 40년이 넘었다. 벗라이의 다나무는 이미 크고 커졌다. 작은 뿌리들이 서로 얽히고 수십 개 가지와 더불어 높이 그늘을 드리우고 일년 내내 잎이 푸르고 무성하다. 이번 봄에 사방에서 여행객들이 바비의 옛 땅 지역을 방문하러 와서 어느 누구나 박호의 시원한 그늘을 누리기 위해 박호의 나무언덕에 쉬고자 하였다.

Ngày nay cây đa cuối cùng Bác trồng ở Vật Lại đã hơn bốn mươi năm, cũng là hơn bốn mươi năm Bác đã đi xa! Cây đa Vật Lại giờ đã to lớn, rễ phụ chằng chịt với hàng chục cành lớn, vươn cao tỏa bóng, xanh tốt quanh năm. Mùa Xuân này, khách du lịch từ bốn phương về thăm vùng đất cổ Ba Vì, ai cũng muốn dừng chân tại Đồi cây Bác Hồ này, để được tận hưởng bóng mát của Người.

호치밍이 심은 큰 다나무 밑에 앉으니 호치밍의 나무 심는 날 운동에 관한 시들이 기억난다.

Ngồi dưới bóng cây đa lớn Bác trồng, lại nhớ đến những câu thơ của Bác đã viết về Tết trồng cây:

"좋은 집을 지으려면
열심히 나무를 심어야 한다.

"Muốn làm nhà cửa tốt
Phải ra sức trồng cây

우리가 지금부터 준비하면
5년 후에야 집을 짓기 시작할 수 있을 것이다"

Chúng ta chuẩn bị từ rày
Dăm năm sau, sẽ bắt tay dựng nhà"

박호의 모습 - 나무를 심는 위대한 사람, 박호에 대한 시를 쓰는 수많은 시인들의 소재이다. 그리고 우리나라 땅에는, 박호의 나무심기 운동을 따라서 심게 된 푸른 다나무들과 그늘을 드리운 다른 나무들이 수 없이 많다. 자연은 어머니이고 삶의 요람이다. 영리한 사람은 자연을 지킬 줄 알아야 하고 자연과 어울리며 살 줄 알아야 한다. 근래에 홍수, 쓰나미, 산사태 등과 자연에 숨어 있는 많은 위기들은 모두 바로 우리들의 심각한 숲 파괴의 재난에 원인이 있다. 자연에 대한 사랑은 인류의 가장 큰 사랑 중의 하나이고 애국은 조국의 푸른 숲을 사랑해야 하는 것이다.

호치밍 주석은 멀리 떠났지만 박호는 우리에게 사람의 수많은 세대들, 나무의 수많은 세대들을 남겼다.

Hình ảnh Bác Hồ – Người trồng cây vĩ đại, đã là đề tài cho biết bao nhà thơ viết về Bác. Và trên đất nước ta, đã có biết bao những cây đa xanh và những loài cây khác tỏa bóng theo lời kêu gọi trồng cây của Người. Thiên nhiên là người mẹ, là cái nôi xanh của sự sống và con người khôn ngoan là phải biết gìn giữ thiên nhiên, biết sống hòa hợp với thiên nhiên. Những năm gần đây, lũ lụt, lũ quét, lở đất... cùng nhiều nguy cơ tiềm ẩn của thiên tai, đều có nguyên nhân do nạn phá rừng nghiêm trọng của chính chúng ta. Tình yêu thiên nhiên là một trong những tình cảm lớn của con người, và yêu nước là phải yêu chính những cánh rừng xanh của Tổ quốc! Chủ tịch Hồ Chí Minh đã đi xa, nhưng Người đã để lại cho chúng ta bao thế hệ người, bao thế hệ cây.

13. Sự tích ông cây Đa và tín ngưỡng thờ cây

다나무신과 나무 숭배 신앙

"도덕을 가르치고 지식을 깨우치며 백성을 돕기 위해 외적을 쫓은 후에 꺼이 다님은 구름과 바람을 따라 하늘로 날아가거나 비와 더불어 수궁으로 간다. 다나무에는 신이 있고 쌀나무에는 귀신이 있다"라는 속어가 있다. 옛날부터 베트남, 특히 북부 평야지방 사람들의 관념속에는 다나무는 신성한 나무로서 민간의 신령이 깃들어 있으며, 이는 떠도는 영혼들이 마을 사람들을 괴롭히지 않고 부처님의 복록을 누리기 위해 나무에 깃든 것이라고 믿는다.

Sau khi giúp dân rèn đức, mở trí và đánh thắng giặc giúp dân, 'ông Cây Đa' hoá thân bay theo mây gió về trời, hay hoà với mưa về nơi thuỷ phủ.

"Thần cây đa, ma cây gạo." Từ xưa, trong tâm thức người Việt, đặc biệt là người dân vùng đồng bằng Bắc Bộ, cây đa đã trở thành vật thiêng, nơi ngự trị của các thần linh dân dã và các linh hồn bơ vơ về nương nhờ lộc Phật, không đi lang thang quấy nhiễu dân làng.

하노이 서쪽에는 다나무 신에 대한 민간 설화가 아직도 전승되고 있다. 이야기에서 말하기를 썬떠이쩐 꾸옥오아이 부(phủ Quốc Oai, trấn Sơn Tây)에 속한 프엉뜨엉짱[trang Phượng Tường(오늘날의 하노이시 단프엉현 풍 중심구역에 있는 프엉찌(Phượng Trì, thị trấn Phùng, Đan Phượng, Hà Nội)이다.)]는 경치가 매우 아름답고 부두와 배도 있으며 주민들이 친절하다. 마을 입구에는 옛날 사당이 있고, 상등최령(최고 신령의 의미)의 네 글자가 적혀있다.

Ở phía Tây Hà Nội còn lưu truyền câu chuyện dân gian về ông thần cây đa. Truyện kể rằng, trang Phượng Tường xưa thuộc phủ Quốc Oai, trấn Sơn Tây (nay là Phượng Trì, thị trấn Phùng, Đan Phượng, Hà Nội) có phong cảnh tươi đẹp, trên bến, dưới thuyền, cư dân thuần hậu. Đầu trang có ngôi miếu cổ, biển đề bốn chữ "thượng đẳng tối linh."

해질녘 넓고 넓은 강에 준수한 한 젊은이가 가벼운 발걸음으로 사당 안으로 발을 쉬러 잠깐 들어갔다. 한밤중이 되어 젊은이는 상전으로부터 울려오는 소리를 들었다. "도씨 성의 젊은이, 내 말을 듣고 이 땅에 살아라. 이곳에는 붉은 봉황새가 있고, 너는 대대로 역사책 속에서 백성들의 신임과 존중을 받게 될 것이다."

Một buổi chiều tà, mặt trời gác núi, bốn bề sông nước mênh mang, có một chàng trai tuấn tú nhẹ bước vào trú nhờ trong miếu. Đến nửa đêm, trong cơn mộng đẹp, chàng nghe thấy tiếng vọng âm vang từ thượng điện: "Bớ chàng trai họ Đào, nghe theo lời ta ở lại đất này. Nơi đây có chim phượng đỏ, ngươi sẽ được dân chúng tin theo và tôn vinh vào sử sách muôn đời."

젊은이가 깨어났을 때 꿈 속의 말이 신령의 말임을 알았고, 몸에 이상함을 느끼고 다른 때와 달리 힘이 솟아났다. 아침이 되어 젊은이는 사당에 노인들과 마을 주민들이 몰려 와서 꽉 들어차 있는 것을 보았다. 어젯밤에 그들도 역시 꿈 속에서 신이 말하기를 백성을 도울 명군이 온다 하여 즐겁게 환영하는 것이었다.

Chàng trai bừng tỉnh dậy, biết là lời thần linh báo mộng, trong người thấy lâng lâng, sức lực khác thường. Sáng ra, chàng đã thấy các bậc bô lão, dân làng kéo đến đứng chật ở ngôi miếu. Thì ra đêm qua họ cũng được thần báo mộng có một minh quân đến trợ giúp dân chúng, người người mừng vui nghênh đón.

그 때부터 프엉뜨엉짱에 학교가 생겼고, 젊은이는 백성들의 지식을 일깨우고 도덕적으로 모범이 되는 선생이 되었다. 그 젊은이는 또한 누에를 기르며 비단을 짜고 농업을 개발하여 벼를 심으라고 권유했다. 백성들은 은혜를 기억하고 그 젊은이를 부모님처럼 받들었다. 27세 때 젊은이는 타이 절(싸이썬, 꾸옥오아이– núi chùa Thày (Sài Sơn, Quốc Oai)) 이 있는 산기슭에서 무예를 연습하고 있는 군인 막사에 비밀리에 가서 양식을 비축하고 나라를 구할 때를 기다렸다. 가끔 장정들의 무예를 훈련시키려고 프엉뜨엉짱에 돌아왔다. 백성들은 그 젊은이가 오래된 고목인 다나무처럼 건강하기 때문에 그 젊은이를 꺼이다님이라고 불렀다.

Từ đó, trang Phượng Tường có trường học. Chàng trai là người thầy mẫu mực rèn đức, mở trí cho dân. Chàng còn khuyên bảo dân làng mở mang nông nghiệp, dệt lụa, chăn tằm, cấy trồng lúa nước. Người dân nhớ ơn, coi chàng như cha mẹ. Năm 27 tuổi, chàng bí mật đến doanh trại luyện tập võ nghệ ở chân núi chùa Thày (Sài Sơn, Quốc Oai) và tích trữ lương thực, chờ thời cơ giúp nước. Thi thoảng, chàng vẫn trở lại trang Phượng Tường thăm hỏi dân chúng, ôn luyện võ nghệ cho trai tráng. Dân làng ví sức khoẻ của chàng như cây đa cổ thụ, nên gọi chàng là "ông Cây Đa."

그 때, 나라에 혼란상태가 계속 이어지자 국민들은 나라를 원망하였다. 1591년에 찡 뚱 장군은 수군 대군을 통솔하고 막(Mac) 왕조를 무너뜨리려고 침공을 시작했다. 군사가 어디를 가든 그 곳에는 깃발이 펄럭이고 강에 배가 가득했다. 북 소리가 울려 퍼지고, 징 소리는 만리에 울려 퍼졌다. 썬떠이쩐에 이르렀을때 꺼이다님이 문무 양면이 뛰어나고, 덕이 많고 재주가 높고, 군사적 역량이 뛰어나다는 것을 듣고 찡 뚱 장군이 그를 조정에 들어와 알현하도록 했다.

Lúc bấy giờ vận nước suy vong, cảnh loạn ly nổ ra liên tiếp, dân tình oán hận. Đến năm 1591, tướng Trịnh Tùng thống lĩnh đại quân thuỷ bộ mở cuộc tiến công dẹp nhà Mạc. Quân sĩ đi đến đâu, cờ xí rợp trời, thuyền bè đầy sông đến đó. Tiếng trống điểm, chiêng khua vang xa nghìn dặm. Đến trấn Sơn Tây, nghe tin có "ông Cây Đa" văn võ song toàn, đức trọng tài cao, có lực lượng quân sĩ hùng mạnh, Trịnh Tùng mời ông về triều yết kiến.

꺼이다님은 프엉뜨엉짱으로부터 3000명 이상의 병사를 통솔하고 수도로 향했다. 레 왕조 조정에서는 그를 수군대장군으로 봉하고 찡 뚱과 협력하여 전

투에 가도록 했다. 양쪽 군대는 연합하여 안선 (An Sơn), 타익딩 (Thạch Định), 트엉히엡 (Thượng Hiệp), 하히엡 (Hạ Hiệp) 전쟁에서 승리하였고, 승리하는 김에 그들은 막군을 탕롱 (Thăng Long)에 있는 꼬뉴에(Cổ Nhuế) 지역까지 쓸어버리고 불화살을 쏘아 성을 불태웠다. 막 왕조의 군대는 대패하였고, 꺼이다님은 티엔득 강(sông Thiên Đức -오늘날의 두옹 강(sông Đuống))까지 계속 추격하였다.

Hơn 3.000 quân từ trang Phượng Tường kéo về kinh đô theo ông Cây Đa làm thủ lĩnh. Triều đình nhà Lê phong cho ông chức Thuỷ Đạo đại tướng quân, hợp sức với Trịnh Tùng đi chiến đấu. Đội quân liên tiếp thắng trận ở An Sơn, Thạch Định, Thượng Hiệp, Hạ Hiệp...Thừa thắng, họ truy quét quân Mạc về tận vùng Cổ Nhuế, Thăng Long, phóng hoả tiễn đốt thành. Quân nhà Mạc đại bại, bị ông Cây Đa tiếp tục đuổi đến tận sông Thiên Đức (sông Đuống ngày nay).

적이 흩어지고 강이 잠잠해지고 배가 조용히 다니게 되었다. 갑자기 매우 큰 오동나무가 강가에 나타났다. 꺼이다님은 휘하 병사를 보내어 나무를 잘라 배를 만들도록 했다. 그런데 갑자기 하늘과 땅에 크나큰 태풍이 일었다. 겨울이었는데 천둥 번개가 내려쳤고 질풍이 일어나 그는 신이 되어 구름과 바람을 따라 하늘로 날아갔는지, 비와 더불어 수궁으로 갔는지 아무도 알 수 없었다.

Giặc tan, mặt sông phẳng lặng, thuyền đi êm đềm. Bỗng thấy cây ngô đồng to lớn xuất hiện trên bờ sông, ông Cây Đa sai quân hạ xuống làm thuyền. Đột nhiên, đất trời nổi cơn bão tố. Giữa mùa đông mà sấm sét kinh hoàng, cuồng phong nổi lên mù mịt, ai nấy không biết rằng ông đã hoá thân bay theo mây gió về trời hay hoà với mưa về nơi thuỷ phủ.

조금 후에 하늘이 밝아지고 신기하게도 오동나무가 까이 강(sông Cái – 홍강(sông Hồng))으로 흘러나가서 핫 강 (sông Hát – 다이 강(sông Đáy)) 줄기로 거슬러 올라갔다. 나무는 항구로 흘러들어가 꺼이다님이 무예를 훈련하고 문예를 가르치던 곳인 프엉뜨엉짱 입구의 옛 사당 앞에 천천히 멈추었다. 조정에서는 꺼이다님을 복신으로 책봉했고, 백성들은 그 호칭을 기뻐하며 사당을 보수하고 오늘날까지 향을 피우고 있다.

Một lát sau, trời quang mây tạnh, lạ thay cây ngô đồng trôi ra sông Cái (sông Hồng) rồi ngược dòng đến cửa sông Hát (sông Đáy). Nó xuôi vào bến nước rồi từ từ dừng trước ngôi miếu cổ đầu trang Phượng Tường, nơi ông Cây Đa từng luyện võ, dạy văn. Triều đình ban sắc phong là phúc thần, nhân dân đón mừng duệ hiệu, trùng tu miếu điện, hương khói đến ngày nay.

민간문화 연구가 쩐민니으엉(Trần Minh Nhương)에 따르면 대대로 베트남 모든 사람들은 사당과 다나무를 전통 마을의 표상처럼 여기고 있다고 한다. 꺼이다님은 북부 평야 강가 시골 지역에서 보편적으로 모시고 있다. 특히 다이 강(sông Đáy)과 띡 강(sông Tích) 유역에서이다.

Theo nhà nghiên cứu văn hóa dân gian Trần Minh Nhương, từ bao đời nay, mỗi người Việt đều coi mái đình, cây đa như một biểu tượng của làng quê truyền thống. Ông Cây Đa được thờ vọng khá phổ biến ở các làng quê ven sông đồng bằng Bắc Bộ, đặc biệt là khu vực sông Đáy, sông Tích.

이 신령한 나무 주위에는 많은 전설과 사적들이 전해지고 있다. 베트남 민중들은 물령신앙으로부터 출발하여 꺼이다님을 존중하고 숭배하며 다나무를 신령들의 거주지로서, 베트남 사람들의 영구하고 장구함의 상징으로 여긴다.

Mặc dù xung quanh loại cây thiêng này có rất nhiều truyền thuyết và sự tích, song việc người dân tôn sùng, thờ cúng“ông Cây Đa” đều xuất phát từ tín ngưỡng thờ vật (cây), coi cây đa là nơi trú ngụ của các vị thần linh, là biểu tượng của sự trường tồn, vĩnh cửu của người Việt.

Ⅲ. 꽃 이야기
(Chuyện kể về các loài hoa)

1. Sự tích hoa Mai Vàng

노란 매화의 유래

옛날 아주 옛날에 인정 많은 한 소녀가 있었다. 자신의 부모, 언니는 물론이고 이웃 사람조차 사랑하였고, 사람의 밥을 짓고 옥수수를 삶고 고기를 굽기 위해 밤낮으로 불을 때는 것을 참는 돌로 만든 부엌신까지 사랑하였다. 소녀는 날씨가 더운데도 밤낮으로 불을 견디고 있는 부엌신을 애처로워해서 큰 바가지로 물을 퍼서 부엌신의 머리 위에 부었다. 연기가 펄썩 나고 늙은 부엌신이 나타나서 말했다.

Ngày xửa... Ngày xưa... Có một cô bé rất giàu lòng yêu thương. Cô yêu bố mẹ mình, chị mình đã đành, cô còn yêu cả bà con quanh xóm, yêu cả ba ông Táo bằng đá núi đêm ngày chịu khói lửa để nấu cơm, hầm ngô, nướng thịt cho mọi người ăn. Một lần, thương ba ông Táo, trời đã nóng lại chịu lửa suốt ngày đêm, cô bé mới lên năm ấy đã lấy một gáo nước to dội luôn lên đầu ba ông. Tro khói bốc lên mù mịt. Ông Táo già nhất vụt hiện ra nói:

"너는 나를 좋아하지만 아직 나를 이해하지 못하는구나. 불이 뜨거우면 뜨거울수록 나는 더 즐거워. 네가 물을 부으면 내가 감기에 걸릴 수도 있단다."

– Cháu thương ta nhưng chưa hiểu ta. Lửa càng nóng, ta càng vui. Cháu mà dội nước thì có ngày ta bị cảm mất.

그때부터 그 소녀는 부엌신 머리 위에 더이상 물을 붓지 않았다. 그러나 늙은 부엌신은 가끔 나타나서 두 자매와 잠깐씩 이야기를 나누곤 했다. 어느날 부엌신을 애처로워해서 동생이 물어보았다.

Từ đấy, cô bé không dội nước lên đầu ba ông Táo nữa. Nhưng ông Táo già thì thỉnh thoảng lại hiện lên trò chuyện với hai chị em cô bé trong chốc lát. Một hôm thương ông, cô em hỏi:

"불만 좋아하세요? 좋아하시는 것이 또 있으세요?"

– Ông thích lửa thôi à? Ông còn thích gì nữa không?

"있지. 연말이 다가오면 난 하늘에 가야 해! 내가 하늘에 타고 갈 수 있도록 잉어 한 마리를 잡아주면 매우 기쁠거야."

동생은 언니를 달래어 잉어 한 마리를 잡아가지고 와서 바로 부엌의 불에 넣었다.

– Có chứ! Năm sắp hết, ông phải về trời! Cháu bắt cho ông con cá chép ông cưỡi về Trời thì ông thích nhất. Cô bé liền rủ chị đi bắt cho bằng được một con cá chép về. Cô bỏ ngay vào bếp lửa rồi nói:

"부엌신 할아버지! 제가 이 잉어를 드릴게요."

– Ông Táo ơi! Chúng cháu biếu ông con chép này đây!

잉어는 사라지고 음력 12월 23 일 저녁, 과연 두 자매는 부엌신이 나타나는 것을 보았고, 그 후 그 말처럼 잉어를 타고 집을 날아서 하늘 높이 계속 날아갔다…. 그 자매의 아버지는 동물 사냥을 잘하는 재주를 가진 사람이었다. 그는 사나운 맹수를 사냥하러 가기를 좋아하였다. 그가 말했다.
"사나운 동물이 있으면 내가 다 사냥을 한다!"

Con cá chép vụt biến mất. Tối hăm ba Tết, quả nhiên hai chị em thấy ông hiện ra, sau đó cưỡi con cá chép như cưỡi ngựa, bay ra khỏi nhà và bay cao mãi lên trời... Bố cô bé là một người đi săn thú rất tài giỏi. Ông thường chỉ thích đi săn thú dữ. Ông bảo:
– Còn thú ác thì tôi còn đi săn cho kỳ hết!

그는 두 아이가 여자라서 자기 직업을 물려주고 싶지 않았다. 그러나 동생이 아버지의 직업을 좋아해서 5살이 되었을 때 그녀는 아버지에게 무술과 검도를 가르쳐 달라고 했다. 동생은 비록 키가 작지만 아주 재빠르고 아버지조차 놀랄 정도로 양손의 힘이 셌다. 아홉 살이 되었을 때 사냥하러 가는 아버지를 열심히 따라다녔다. 어머니와 언니가 걱정하였으나 동생은 바로 말하였다.

"아버지처럼 한번에 찔러 죽이지 못하면 저는 세번 다섯번으로 찌를테니 어머니, 언니 안심하세요."

Ông không muốn truyền nghề cho con mình, vì cả hai đều là gái. Nhưng cô em lại rất thích nghề của cha. Lên năm cô đã xin cha dạy cho mình đủ cả côn, quyền và đao kiếm. Cô tuy bé người nhưng nhanh nhẹn vô cùng, và về sức mạnh của đôi tay cô, người cha cũng phải kinh ngạc. Lên chín, cô đã hăm hở xin theo cha đi săn thú. Người mẹ và người chị lo lắng, nhưng cô bé đã thưa ngay:

– Con không giết được con mồi bằng một nhát như cha thì con đâm ba nhát, năm nhát, mẹ và chị cứ yên tâm.

말그대로 동생은 아버지를 따라 사냥을 가서 사나운 돼지를 죽였다. 마을에 갑자기 머리는 사람, 몸은 표범인 괴물이 나타났다. 마을 사람들은 누구나 걱정하고 두려워하였다. 괴물은 단지 사람고기를 먹기 좋아하는데 특히 어린이의 고기를 좋아했다. 아버지는 즉시 어린 딸을 데리고 괴물을 죽이러 갔다. 어머니와 언니가 말렸음에도 불구하고 소용이 없었다.

아버지가 말하였다.

"내가 데려가서 괴물을 죽이는 것을 보여줄 뿐이야, 걱정마."

Nói sao làm vậy, cô bé lần đầu theo cha đi săn đã giết ngay được một con lợn lòi rất hung dữ... Trong vùng bỗng xuất hiện một con quái đầu người mình báo. Bà con ai cũng lo lắng, khiếp sợ. Vì con quái vật chỉ thích ăn thịt người, nhất là thịt trẻ con. Người cha liền dẫn cô gái nhỏ đi tìm quái vật để giết. Người mẹ và chị can ngăn nhưng không được. Người cha bảo:

– Tôi chỉ cho nó đi theo để xem, còn diệt quái ác là việc của tôi, hai mẹ con đừng lo.

부녀가 떠난 지 며칠이 되었을 때 그 괴물이 아버지에게 죽임을 당했다는 소식이 퍼졌다. 부녀가 돌아오는 날 마을 사람들은 술, 오리, 닭을 가져와 축하 잔치를 열었다. 소녀는 부엌불에 잉어를 놓고 부엌신에게 비는 것을 잊지 않았다.

Hai cha con đi được mấy ngày thì có tin con quái đã bị người cha giết chết thật. Bữa hai cha con trở về, bà con trong vùng mang rượu, gà vịt đến làm cỗ ăn mừng. Cô gái nhỏ không quên đặt vào bếp lửa một con cá chép và khấn với ông Táo già:

"우리는 부엌신께 가끔 놀러 다니기 위해 탈 수 있는 잉어를 드립니다."

– Chúng cháu xin gửi biếu ông con chép để thỉnh thoảng ông cưỡi đi chơi.

늙은 부엌신이 나타나서 고맙다는 말을 하고 물었다.
"너는 괴물이 무섭지 않니?"

Ông Táo già lại hiện lên cám ơn cô bé và hỏi:
– Cháu thấy con quái có sợ không?

"아버지가 저에게 그를 죽이게 했으면 해요. 그런데 아버지께서 허락하지 않으세요."

– Cháu chỉ thích được cha cháu cho cháu được cùng đánh với nó, nhưng cha cháu không chịu.

아버지가 그 후에 갑자기 크게 아팠다. 어머니와 두 딸이 성심성의껏 간호하여 병이 낫긴 하였지만 예전의 건강만 못하였다. 몇 년 후에 멀리 있는 지방에 사람의 머리와 비단뱀의 몸이 있는 괴물이 갑자기 나타났다. 이 괴물은 무시무시하게 힘이 세서 그는 눈깜짝할 사이에 큰 소를 말아 죽일 수 있었다.

Người cha sau đó bỗng bị ốm nặng. Người mẹ và hai cô gái hết lòng chăm sóc. Bệnh người cha có đỡ, nhưng sức khỏe thì không còn được như trước nữa. Vài năm sau, ở vùng trong xa, bỗng xuất hiện một con quái cũng đầu người nhưng mình trăn. Con quái này có sức khỏe ghê gớm. Nó có thể quấn chết một con bò mộng chỉ trong chớp mắt.

그는 어린이를 잡아먹기 좋아해서 한꺼번에 몇 명 정도씩 먹어치웠다. 그 마을 사람들은 즉시 머리는 사람, 몸은 표범인 괴물을 죽인 부녀에게 도와달라고 사람을 보냈다. 아버지가 막내를 보고 물어보았다.

"네가 마을 사람들을 돕기 원하니?"

Nó lại cũng thích ăn thịt trẻ con và có thể ăn một lúc đến mấy đứa. Bà con vùng đó liền cử người ra mời cha con người đã giết con quái đầu người mình báo vào diệt quái giúp bà con. Người cha nhìn cô gái nhỏ của mình hỏi:

– Liệu con có nhận lời đi giúp bà con không?

"절 가게 해주세요. 어머니, 아버지, 언니!"

막내가 즉시 답하였다.

– Con xin cha mẹ và chị để cho con đi!
– Cô gái nhỏ liền đáp:

아버지가 말했다.
"너와 같이 가는데 널 도와줄 뿐이야, 이번에는 네가 직접 괴물을 죽여야 된다. 어머니와 언니는 더욱더 두 배나 걱정이 되었다."

Người cha nói:
– Cha sẽ cùng đi với con, nhưng cha chỉ giúp con thôi. Lần này chính con phải lo diệt quái đấy. Người mẹ và chị càng lo lắng gấp bội.

"여보, 여기서 거기까지는 멀고 험해요. 괴물이 흉악한데 막내가 겨우 열네 살이잖아요. 너무 걱정돼요."

– Ông ơi! Đường từ đây vào đó xa xôi cách trở. Quái thì dữ ác mà con bé thì mới mười bốn tuổi, tôi sợ lắm.

"아버지! 아버지와 동생이 부탁을 들어주어서 만일 무슨 일이 생기면 어머니랑 저는 어떻게 살라고요?"

– Cha ơi! Cha và em nhận lời, rồi có chuyện gì thì mẹ và con làm sao sống nổi.

동생이 즉시 말했다.
"어머니와 언니, 제가 나이가 어리지만 괴물을 죽일 수 있어요! 마을 사람들이 부탁하셨는데 거절할 수도 없어요. 어머니와 언니는 걱정마세요. 아버지와 저는 괴물을 죽이고 바로 돌아올거에요."

Cô gái nhỏ liền thưa:
– Mẹ và chị à, con tuy còn nhỏ nhưng con có đủ sức để diệt quái. Bà con đã ra nhờ lẽ nào mình lại từ chối. Mẹ và chị cứ yên lòng. Cha và con diệt xong quái sẽ trở về ngay.

말리지 못할 것을 알고 어머니와 언니는 부녀가 떠나기 위해 쓸 용품을 준비했다. 그 전에 어머니가 두 딸을 위하여 설빔을 맞췄는데 어머니가 막내에게 물어보았다.

Thấy không can ngăn được, người mẹ và chị đành lo chuẩn bị mọi thứ cho hai cha con lên đường. Trước đó người mẹ đã may áo mới cho hai con ăn tết, bây giờ bà liền hỏi cô gái nhỏ:

"아가야, 어떤 색깔로 염색했으면 좋겠니?"

– Con muốn mẹ nhuộm áo cho con màu gì?

소녀가 동산 밖을 보고 답하였다.
"저는 노란 색을 좋아해요."

Cô bé nhìn ra ngoài đồi núi, rồi đáp:
– Con rất thích màu vàng!

어머니가 즉시 심황을 찧어서 황색으로 염색을 하였다. 떠나는 날에 막내가 황색의 옷을 입으니 더 튼튼하고 아름다워 보였다. 막내가 어머니와 언니에게 말하였다.

“괴물을 죽인 후 돌아올 때 멀리 있어도 어머니와 언니가 잘 알아보시기 위해 이 옷을 입을거예요….”

Người mẹ liền giã nghệ nhuộm cho con một màu vàng thật tươi. Ngày lên đường, cô bé mặc chiếc áo vàng, nhìn càng khỏe, càng đẹp. Cô nói với mẹ và chị:

– Diệt xong con quái lúc về con sẽ mặc áo này cho mẹ và chị nhận ra được con ngay từ xa...

떠나기 전에 아가씨는 부엌신에게 인사하고 약속하였다.

Trước khi đi cô gái cũng không quên khấn chào ông Táo đá núi và hứa:

돌아와서 괴물을 죽인 이야기를 말씀드릴게요.

– Cháu sẽ trở về kể chuyện diệt quái cho ông nghe.

부엌신이 나타나서 말하였다.
“너희 부녀가 괴물을 죽이고 돌아오는 날을 기다릴 것이다…”

Ông Táo liền hiện ra nói:

– Chúc hai cha con mau trừ được quái. Ông sẽ chờ ngày trở về...

두 부녀가 쉬지 않고 한달 걸려서 머리는 사람, 몸은 뱀인 괴물이 있는 곳에 다다랐다. 2~3일쯤 쉬다가 두 사람은 괴물을 찾으러 갔다. 부녀가 이틀 동안 싸우는데 죽이지 못하고 아버지의 힘이 계속 약해졌다. 막내는 즉시 아버지에게 말했다.

Hai cha con đi ròng rã hơn một tháng trời mới vào đến nơi có con quái đầu người mình rắn. Nghỉ ngơi được dăm ba ngày, hai người liền đi tìm quái để diệt. Hai cha con đánh nhau với nó hai ngày liền mà không diệt nổi. Sức của người cha thì cứ yếu dần. Cô bé liền thưa với cha:

"아버지! 내일 제가 그 괴물에게 가까이 가도록 그대로 놔두세요. 제가 칼로 찔러서 이 나무에 괴물의 꼬리를 고정시키고, 또 칼로 다른 나무에 그 괴물의 몸을 박을 거예요. 그 괴물이 몸을 움직이지 못할 때 머리를 자르면 좋겠어요."

– Cha ơi! Ngày mai cha cứ để cho con bám sát nó. Con sẽ đâm một con dao găm chặt đuôi nó vào thân cây này, đâm một con dao cắm chặt mình nó vào thân cây khác. Nó không quăng mình đi được thì ta sẽ lựa thế mà chặt đầu nó đi.

아버지는 그 방법이 좋다는 것을 알지만 위험하다는 것도 알았다.

Người cha biết cách đánh đó hay nhưng rất nguy hiểm.

딸의 재주를 믿고 끄덕였다.
"좋다, 그러나 그 괴물이 꼬리를 푸는 것을 조심해야 돼."
"걱정마세요, 아버지."

Tin vào tài nghệ của con, ông gật đầu:

– Được! Nhưng con phải đề phòng cẩn thận nếu nó dứt được đuôi ra.

– Cha cứ yên tâm.

다음날 그 방법에 따라 두 부녀는 과연 괴물을 죽였다. 그러나 죽기 전에 괴물이 꼬리를 너무 세게 흔들어서 칼에서 꼬리가 빠지고 그 후 그 괴물은 즉시 소녀의 몸을 말았다. 소녀가 괴물의 머리를 자르자마자 소녀의 몸을 말게 돼서 소녀의 뼈가 부서지고 몸이 흐물흐물해졌다. 자신의 사랑스러운 딸을 보고 아버지는 검을 버리고 딸의 시체를 받아들었다. 마을 사람들도 역시 달려오고 그들은 아가씨의 시체를 매장하고 신당을 세웠다.

Ngày hôm sau theo cách đánh ấy, hai cha con quả đã diệt được quái. Nhưng trước khi chết nó đã quẫy mạnh một cái, dứt được cái đuôi ra khỏi mũi dao. Sau đó nó liền cuốn ngay lấy người cô bé. Cô bé vừa chặt được cái đầu con quái thì cũng bị con quái quấn gẫy cả xương mềm nhũn cả người. Thấy con gái yêu của mình chết, người cha buông rơi cả thanh kiếm, chạy đến đỡ lấy xác con. Bà con trong vùng cũng vừa chạy đến. Họ đem xác cô gái về chôn cất rồi lập đền thờ.

그러나 아가씨는 그렇게 죽을 수 없었다. 왜냐하면 그 소녀는 자신의 부모와 언니와 마을 안과 밖의 사람들이 모두 자신을 귀하게 여기고 자신 또한 그들을 귀하게 여기고 그들과 더불어 살기를 원하였다. 그 소녀는 땅의 신에게 자신이 화려한 깃털을 가지고 있는 한 마리 새로 변하게 해달라고 하였다. 이제까지 아무도 보지 못했던 새 한마리가 고향 집에 날아와 돌로 만든 부엌신을 만났다.

Nhưng cô gái đâu chịu chết như vậy. Vì cô biết rằng cha mẹ chị mình cùng bà con vùng trong, vùng ngoài đều yêu quý mình, mà cô cũng yêu quý và muốn sống với họ. Cô xin thần Đất giúp cô biến thành một con chim lông vàng rực rỡ, một con chim chưa ai thấy bao giờ rồi bay về quê nhà xin gặp ông Táo đá núi:

"할아버지, 괴물에 말려서 죽었어요. 그런데 제가 죽으면 어머니와 언니는 어떻게 살수 있을까요. 그러니 오늘 23일 밤 하늘에 가시면 옥황상제께 살려달라고 해주세요."

– Ông ơi! Cháu bị con quái quấn chết. Nhưng cháu mà chết thì mẹ cháu, chị cháu làm sao sống nổi. Vậy đêm nay hăm ba Tết, ông có về trời ông hãy tâu với trời cho cháu sống lại...

부엌신이 즉시 약속하였다.
"좋아, 꼭 전해주마"

Ông Táo đá núi liền hứa:
– Được, ông sẽ tâu giúp cho cháu...

황색 깃털이 있는 새가 어머니와 언니에게 날아와 앉아서 몇 번 울고 날아갔다. 그 때 어머니와 언니는 막내가 죽었다는 소식을 들었다. 어머니가 부엌불 옆에 쓰러졌다. 부엌신은 즉시 따뜻한 손으로 어머니의 이마에 대고 정신을 차리게 해주었다.
"걱정하지 마라. 오늘 밤 하늘에 올라가 옥황상제께 살려달라고 하마."

Con chim lông vàng rực rỡ liền bay xuống chỗ mẹ và chị đang ngồi, kêu lên mấy tiếng rồi bay đi. Cũng vừa lúc đó người mẹ và chị biết tin là cô gái nhỏ đã không còn nữa. Bà mẹ ngã ra chết giấc bên bếp lửa.

Ông Táo đá núi liền đưa hai bàn tay ấm nóng áp vào trán cho bà tỉnh lại và nói ngay:

– Bà cứ yên tâm. Đêm nay về trời, tôi sẽ xin trời cho cháu sống lại.

두 모녀는 듣고 기뻐하며 감사하다는 뜻으로 절을 하였다. 23일에 갔다가 28일밤에 돌아온 부엌신이 두 모녀에게 말했다.

"옥황상제께서 아기를 몹시 애처로워하시지만 죽은지 오래되어 살리는데 너무 늦었다고 해. 그런데 매년 9일 동안 살려 줄 수 있다고 하네."

Hai mẹ con nghe nói mừng quá liền sụp xuống lạy tạ ơn. Ông Táo đi tối hăm ba thì tối hăm tám ông trở về hạ giới. Ông nói với hai mẹ con:

– Trời rất thương cô bé nhưng cháu chết đã quá ngày, xin sống lại quá chậm. Vì vậy trời chỉ có thể cứu cho cháu mỗi năm sống lại được chín ngày.

두 모녀는 그 말을 듣고 슬펐지만 한편 즐거웠다. 조금이라도 자식을 보게 되면 조금이라도 동생을 보게 되면 덜 슬프겠지. 9일이라도 보게 된다니. 어머니가 물었다.

Hai mẹ con nghe nói vừa buồn nhưng cũng vừa mừng. Thôi cứ được trông thấy con, thấy em trong giây lát cũng đã đỡ khổ rồi. Huống gì lại được thấy đến chín ngày. Bà mẹ liền hỏi:

"부엌신님! 언제 아이가 살아날 수 있어요?"

"두 모녀가 계속 빌면 어느 날이라도 옥황상제가 들어주실거야."

– Ông ơi! Bao giờ thì cháu sống lại được?

– Tùy hai mẹ con cứ cầu trời sống từ ngày nào, trời sẽ cho ngày ấy.

"그렇다면 바로 오늘밤부터 살려주세요!"

– Vậy nhờ ông xin cho cháu sống lại ngay đêm nay!

"오늘 밤에는 아직 안된다. 가장 빨라도 내일 밤부터!"

– Đêm nay thì chưa được, sớm nhất là phải từ đêm mai!

"네, 그러면 내일 밤부터 돌아오게 해주세요!"

– Vâng, ông xin cho cháu sống lại từ đêm mai vậy!

그날 밤을 새우고 계속 깨어 있었다. 그 다음 날에도 두 모녀는 아무 일도 하지 않고 밤이 빨리 왔으면 했다. 기다리고 또 기다리고 드디어 밤이 왔다. 자식이, 동생이 어떻게 살아서 돌아오는지 설레고 기대하였다. 부엌신을 부르려고 하는데 갑자기 문 밖에서 부르는 소리가 들렸다.
"어머니! 언니!"

Hai mẹ con suốt đêm hôm ấy cứ thức mãi. Cả ngày hôm sau, hai mẹ con đều chẳng muốn làm gì. Chỉ mong cho trời chóng tối. Chờ mãi rồi trời cũng tối thật. Hai mẹ con hồi hộp đợi, không biết con mình, em mình sẽ sống lại trở về như thế nào. Định khấn gọi ông Táo thì bỗng nghe ngoài cổng có tiếng gọi:
– Mẹ ơi! Chị ơi!

모녀가 뛰어나가니 바로 막내가 돌아오는 것이 보였다. 노란 옷이 여전히 반짝이고 보기에 아주 뚜렷하였다. 세 명이 서로 안고 비처럼 울었다. 다음날 아버지는 마을로 돌아왔다. 돌아오는 길에 집에 있는 딸과 아내가 애처로워 어떻게 말해야 덜 슬플지 고민하였다. 상상도 못했는데 집에 들어와보니 아내와 언니 옆에 막내가 자고 있는 것을 보았다. 어느 집의 딸이 놀러 온 줄 알고 눈을 문질렀다. 막내 딸이 살아 돌아온 것을 알고 아버지가 즉시 달려와 얼싸안고 눈물이 뺨 위로 죽죽 흐른다.

Hai mẹ con vụt chạy ra và thấy đúng là cô gái nhỏ đã trở về. Trong chiếc áo vàng vẫn sáng lên nhìn rất rõ. Ba mẹ con ôm nhau khóc như mưa. Ngày hôm sau người cha cũng từ vùng trong trở về. Dọc đường thương con, thương vợ ông chưa biết sẽ nói gì cho vợ và con ở nhà đỡ khổ. Không ngờ khi về đến nhà đã thấy cô gái nhỏ đang nằm ngủ bên cạnh mẹ và chị. Ông dụi mắt tưởng là con bé nhà ai đến chơi. Khi biết cô gái nhỏ đã được sống lại, trở về ông liền ôm chầm lấy con và cứ để cho nước mắt chảy dài trên má.

막내 딸이 부모와 언니와 딱 9일동안 설날을 지냈다. 가족들이 말려도 그 9일 동안 막내는 부모와 언니를 돕기 위하여 집안의 일을 다 했다. 그들은 그 후 일 년 동안 작별하는 기간을 대신하여 구일동안 일 년처럼 살았다.

Cô gái nhỏ ăn Tết với cha mẹ và chị đúng chín ngày. Trong chín ngày đó, cô gái nhỏ dành làm hết mọi công việc để giúp cha mẹ, giúp chị. Nhưng cả nhà lại không muốn cô gái làm việc gì. Trong chín ngày, họ sống bù cho cả một năm sắp phải xa nhau.

아홉 번째 밤에 막내가 가족들을 안아주고 인사를 끝내자 막내 몸은 갑자기 점점 안개처럼 흐려져 사라졌다. 온 가족이 막내를 슬프고 애처로워했다. 그러나 다음 해 설날에 막내가 돌아올 것이라는 희망으로 서로 위로해 주고 또한 기대했다. 그리고 다음해 음력 섣달 29일 오후에 노란색의 옷을 입은 소녀가 돌아와서 가족과 설날을 지내고 정월 7일에 또 떠났다.

Đến đêm thứ chín trời vừa tối, cô bé vừa kịp ôm lấy cha, mẹ và chị để chào ra đi thì người cô bỗng cứ mờ dần như sương khói rồi biến mất. Cả nhà buồn rầu, thương nhớ cô gái nhỏ vô cùng. Nhưng nghĩ đến chuyện Tết năm sau, cô sẽ về, mọi người lại ôn ủi nhau, lại kiên nhẫn chờ đợi... Và năm sau, cũng vào chiều hai chín Tết, cô gái nhỏ áo vàng lại trở về ăn Tết với gia đình rồi đến tối mồng Bảy lại ra đi...

어느 해나 똑같았다. 신기한 이야기를 듣고 마을 사람들은 머리는 사람, 몸은 비단 뱀인 괴물을 죽여준 소녀를 만나 그 은혜를 갚기 위하여 그 소녀의 가족을 초대해서 마을 안에 들어와 살도록 했다. 아버지의 힘이 약해진 것을 보고 가족들이 서로 의논하여 동의하였다. 그때부터 매년 노란색의 옷을 입은 소녀가 돌아와서 9일 동안 마을 사람들과 부모님과 초봄을 맞았다.

Năm nào cũng thế. Nghe chuyện lạ, người vùng trong liền cử người ra mời cả gia đình vào sinh sống trong đó để bà con được trả ơn và gặp lại cô gái nhỏ đã giúp bà con diệt được con quái đầu người mình trăn. Thấy sức người cha đã suy yếu, cả nhà bàn với nhau và nhận lời. Từ đấy hàng năm, cô gái nhỏ áo vàng lại trở về sống chín ngày cuối năm, đầu xuân với cha mẹ, với bà con vùng trong.

부모와 언니가 모두 죽은 후 소녀는 더이상 돌아오지 않았고, 소녀는 그녀를 모시기 위해 마을 사람들이 만든 신당 바로 안에 꽃이 되었다. 그 꽃은 1년 동안에는 잎만 있지만 설날을 앞두면 꽃을 가득 피웠는데 그 꽃은 옛날 소녀의 옷 색깔처럼 노란색이었다.

Khi cha mẹ và chị đều mất cả, cô gái không về nữa. Cô hóa thành một cây hoa ngay ở ngôi đền bà con đã dựng lên để thờ cô. Cây ấy hầu như cả năm chỉ có lá, nhưng cứ vào khoảng gần Tết, hoa lại nở đầy. Hoa màu vàng tươi như màu áo của cô gái nhỏ ngày trước.

노란 꽃이 9~10일동안 마을 사람들과 함께 설날을 지내다가 땅에 떨어져 없어지고 다음 해에 또 피었다. 그 꽃나무는 오늘날 노란 매화라고 부른다. 중부 지방과 남부지역에서 설날이면 사람들이 노란 매화 가지를 사서 조상님들의 제사상에 꽂는다. 노란 매화는 집을 예쁘게 꾸며주고 설날을 즐겁게 하고 1년내내 귀신을 쫓아내는 꽃이라고 그들이 믿기 때문이다.

Hoa vui Tết với bà con khoảng chín mười ngày rồi rụng xuống đất, biến mất để năm sau lại trở về. Cây hoa ấy ngày nay ta gọi là cây Mai Vàng. Ngày Tết ở miền Trung và ở Nam Bộ, bà con thường mua một cành mai vàng về cắm trên bàn thờ ông bà. Họ tin rằng, có cành mai vàng vừa đẹp nhà vừa vui Tết lại vừa có thể xua đuổi được hết các loài ma quái trong suốt cả năm.

2. Sự tích hoa Phượng

봉황목의 유래

옛날 아주 먼 옛날 어느 동산에 검도의 재능으로 이름 난 무술 선생 한사람이 살았다. 아내가 일찍 죽자 그는 아내를 애처로워해서 어느 누구와도 결

혼하지 않았기 때문에 자식도 없었다. 그래서 지역 안에 있는 다섯 명의 남자 고아를 데려다 양자로 삼아 키웠다. 그는 다섯 아이들이 문예와 무예를 다 잘하기를 원했기 때문에 무술 훈련 시간들 외에도 그는 다섯 아이들에게 글을 가르쳤다.

Ngày xưa, xưa lắm, ở một vùng đất đồi kia, có một ông thầy dạy võ nổi tiếng về tài đánh kiếm. Vợ ông chết sớm, ông thương vợ, không lấy ai nữa nên ông không có con. Ông đi xin năm người con trai mồ côi ở trong vùng về làm con nuôi. Ngoài những giờ luyện võ, ông lại cho năm người đi học chữ, vì ông muốn năm người cùng giỏi võ, giỏi văn.

다섯 명의 아이들은 서로 나이가 비슷하였고 그들은 겨우 13~14살이 되었다. 모두 공부도 매우 잘 하고, 무술 재주도 그 지역에서 유명하였다. 양부는 다섯 명에게 길에 다닐 때 빨간 색 외출복을 갖추어 주었기 때문에 어느 누구나 그들을 쉽게 알아보았다. 또한 다섯 명의 아이들은 서로서로 양보할 줄도 알아서 마을의 모든 사람들은 그들을 귀하게 여겼다.

Tuổi năm người con xấp xỉ ngang nhau. Năm ấy, họ chỉ mới mười ba, mười bốn... Người nào học cũng khá và tài múa kiếm thì nổi tiếng khắp vùng. Ai cũng dễ nhận ra họ vì ông sắm cho năm người năm bộ quần áo màu đỏ, để mặc ra đường. Thương bố nuôi nên năm người con rất biết nhường nhịn nhau và yêu quý mọi người trong làng..

그 해 나라 안에 전란이 생겼다. 외적이 쳐들어와서 집이 불에 타고 사람이 죽었다. 울음소리와 원성이 점점 커지고 퍼져나갔다. 적군의 장군이 매우 신기한 힘을 가지고 있다는 소문이 났다. 그는 단지 한번 가볍게 발로 차도 큰 나무 뿌리가 뽑혀 나가고 또한 길고 무거운 창을 사용하여 아주 쉽게 사람들을 목걸이처럼 꿰뚫어 죽였다. 모든 사람들은 또한 소문을 들었다. 그가 그렇게 건강한 것은 날고기 먹기를 좋아하고, 특히 밥을 먹는 것이 아니라 붉은 색 찰밥을 즐겨 먹기 때문인데 그는 매 번 큰 바구니의 붉은 찰밥과 수십 킬로그램의 고기를 먹는다고 했다.

Năm ấy trong nước có loạn. Giặc ngoài kéo vào. Nhà cháy, người chết. Tiếng kêu khóc và lòng oán giận cứ lan dần, lớn dần. Đâu cũng đồn tên tướng giặc có sức khỏe kỳ lạ. Chỉ cần đạp nhẹ một cái cũng làm bật gốc được một thân cây to. Hắn lại sử dụng một cây thương dài và nặng, đâm chết từng xâu người một cách dễ dàng. Mọi người còn đồn thêm rằng hắn sở dĩ khỏe như vậy là vì hắn thích ăn thịt sống và đặc biệt hơn nữa là chỉ thích ăn toàn xôi gấc chứ không thích ăn cơm, mỗi lần hắn ăn hàng chục cân thịt cùng với một nong xôi gấc lớn.

그 동산 지역의 무술 선생이 왕에게 적을 치러 가겠다고 청하였으나 병으로 쓰러져서 그의 손발이 오그라들었다. 그 지방에서 재주가 가장 좋은 의사가 병을 짚어본 결과 그가 독약을 먹게 되었음을 알게 되었다. 누구나 적군의 장군이 나라 안의 재주있는 사람을 죽이도록 사람을 보낸 것으로 의심했다. 무술 선생은 약을 먹으면서 옛날처럼 손과 발을 움직일 수 있도록 밤낮으로 훈련을 했다.

Người thầy dạy võ ở vùng đất đồi nọ định xin vua đi đánh giặc thì ngã ra ốm. Tay chân ông bị co quắp cả lại. Cụ lang giỏi nhất vùng đến xem bệnh và chỉ biết là ông uống phải thuốc độc. Ai cũng nghi tên tướng giặc đã ngầm cho những kẻ chân tay của hắn đi tìm giết trước những người tài giỏi trong nước. Người thầy dạy võ vừa uống thuốc, vừa ngày đêm ra sức tập luyện để tay chân mình lại cử động được như xưa.

아침에 적장이 갑작스럽게 말을 타고 병사를 이끌고 마을에 닥쳤다. 적장은 무술 선생이 큰 숭 나무(cay sung) 등걸을 발로 차는 것을 보았다. 나무는 처음에 살짝 흔들리다가 점점 더 세게 흔들렸다. 그 다음에는 큰 디딜방아를 올리고 내리는데 아직도 힘들어 보였다. 적장은 웃음이 터져서 말에서 내려 발로 가볍게 숭나무를 찼다. 숭나무는 가로로 꺾여 쿵 하고 넘어졌다. 그는 또한 한 손으로 가볍게 디딜방아를 쥐고 마치 가까운 연못에 작은 벽돌 하나를 던지는 것처럼 던졌다.

Một buổi sáng, tên tướng giặc bất thình lình phóng ngựa, dẫn quân lính của hắn kéo ập vào làng. Hắn thấy ông thầy dạy võ đang lấy chân đạp vào một gốc cây sung to. Cây sung lúc đầu bị rung khe khẽ, rồi mỗi lúc rung một mạnh hơn. Sau đó, ông nhấc một cái cối đá to đưa lên, đưa xuống, vẻ còn mệt nhọc. Tên tướng giặc cười phá lên rồi xuống ngựa giơ chân đạp nhẹ vào thân cây sung. Thế là cây sung bị gãy ngang và ào ào đổ xuống. Hắn lại nhẹ nhàng đưa một tay tóm lấy cái cối đá ném vứt đi, như ta ném một hòn gạch con và cho rơi ùm xuống cái ao lớn gần đấy.

그는 몇몇 부하들을 불러서 무술 선생을 묶으라고 했다.
"내가 들으니 네가 나를 치기 원한다고 했지? 지금 너의 목숨은 내 손에 달려 있다! 살고 싶으면 너는 송아지를 죽여서 가장 맛있는 50킬로그램을 뜯어내고, 붉은 찹쌀 한 바구니를 쪄서 마을 가운데 언덕 꼭대기에 있는 내 주둔지로 와라. 어깨에 지지 말고 머리에 이고 와라. 한걸음에 곧장 가야 하고, 멈추지도 말고 쉬지도 말아야 한다. 고기를 먼저 이고 나중에 찰밥을 이고 와라."

Hắn gọi mấy tên quân đến trói chặt ông thầy dạy võ lại rồi bảo:
-Tao nghe mày muốn đi đánh tao phải không? Bây giờ thì mạng mày nằm trong tay tao rồi! Muốn sống thì hãy giết một con bò tơ, lọc năm

mươi cân thịt ngon nhất, nấu một nong xôi gấc rồi mang đến chỗ ta đóng quân ở trên ngọn đồi giữa làng. Phải đội trên đầu mà đi chứ không được gánh. Đi luôn một mạch, không được dừng lại hay đặt xuống nghỉ. Đội thịt đến trước! Đội xôi đến sau!

말을 마치자 그는 무술 선생을 풀어주라고 명령하였다. 선생은 간과 장이 다 뒤집힐 정도로 화가 났지만 아무 말도 할 수 없었다. 그 때 다섯 명의 아들은 먼 마을에 공부하러 가야 했고, 과거 시험을 앞두고 있었다. 어느 누구도 감히 붓과 먹을 손에서 놓을 수 없었다. 그러나 적군이 마을을 쳐들어온다는 소식을 듣자 그들은 즉시 검을 차고 선생에게 돌아가겠다고 청했다. 집에 돌아와 아버지가 얘기하는 것을 듣고, 다섯 명의 아들은 화가 나서 그 흉악한 적장을 찾아가 바로 죽이겠다고 하였다. 아버지는 즉시 말렸다.

Nói xong hắn ra lệnh cởi trói cho ông. Người thầy dạy võ giận tím ruột, tím gan nhưng chẳng nói gì. Lúc ấy năm người con đang đi vắng, họ phải đi học chữ xa làng và lại sắp đến mùa thi. Không ai dám rời cái bút cái nghiên. Nhưng vừa nghe tin giặc kéo đến làng, họ lập tức đeo gươm vào người mà xin thầy cho về. Về đến nhà, nghe bố kể chuyện lại, năm người con nổi giận muốn chạy đi tìm tên tướng giặc hung ác để giết ngay. Người bố liền khuyên:

"안 된다. 언제나 병사가 그를 둘러싸고 있어서 가까이 접근하지 못한다. 그의 창끝은 또한 아주 먼 곳에서부터 사람을 찔러 죽일 수 있다. 다들 진정해라. 나에게 그를 없앨 방법이 있다!"

– Không được! Lúc nào quân lính của hắn cũng vây quanh, khó mà đến gần. Ngọn thương của hắn lại có thể đâm chết người từ rất xa. Các con cứ bình tĩnh, ta đã có cách khử nó!

아버지는 돈을 빌려 작은 소를 한 마리 사서 죽이고, 큰 바구니 하나에 담기 위해 가장 맛있는 50킬로그램의 고기를 뜯어 냈다. 그는 또한 세 지게의 흰 찹쌀을 빌려다가 30개의 붉은 걱 열매를 구하여 아주 부드러운 열 솥의 찰밥을 쪘다.

Người cha đi vay tiền mua một con bò tơ, mổ thịt rồi lọc lấy năm mươi cân thịt ngon nhất để vào một cái nia to. Ông lại đi vay ba gánh nếp trắng, đi xin ba chục quả gấc đỏ, nấu một chục nồi xôi thật dẻo.

선생은 소고기 바구니를 먼저 이고 갔다. 다리가 아팠다. 50킬로그램의 고기를 머리에 이고 가는 일은 쉬운 일이 아니었다. 선생은 바구니를 이고 가는데 이마 가득 땀이 났다. 적장은 그가 고기를 이고 오는 것을 보고 침을 꿀꺽꿀꺽 삼켰다. 그는 침을 삼킨 후 신나서 크게 웃었다. 그런데 선생은 고기를 이고 이를 깨물고 참으며 속으로 생각했다. "그래 계속 웃어 보아라. 네가 곧 알게 될 것이다."

Ông đội nia thịt bò tơ đến trước. Chân ông còn đau, năm mươi cân thịt đội trên đầu không phải là nhẹ. Ông đội nia đi, mồ hôi vã ra đầy trán. Tên tướng giặc thấy ông đội thịt đến, mồm cứ nuốt nước bọt ừng ực. Hết nuốt nước bọt ừng ực, hắn lại khoái trá cười to. Còn người đội thịt thì bấm ruột chịu đựng và nghĩ thầm: "Cho mày cứ cười rồi mày sẽ biết...."

적장은 고기를 웃으며 받고 나서 큰소리를 질렀다:

"붉은 찹쌀 (Xôi – 쏘이) 한 바구니도 가져와. 네가 돌아가서 이고 여기로 바로 와야 해."

Tên tướng giặc cười nhận thịt xong quát to lên và giục:

– Còn nong xôi nữa, mày về đội đến đây ngay!

선생은 돌아와 쏘이 바구니를 이고 갔다. 쏘이 바구니는 고기 바구니보다 크고 더 무거웠다. 그러나 쏘이는 맛있고 보기에 먹음직스러웠다. 그가 쏘이 바구니를 이고 어디를 가든 그 곳은 향기가 퍼졌다. 길을 막 반쯤 이르렀을 때, 땀이 전신에 가득했다. 그의 양 발은 너무나 쇠약해서 덜덜 떨렸다. 목은 꺾이는 듯했다. 그는 입술을 깨물고 이를 깨물고 언덕 위를 오르기 시작했다. 비록 힘들었지만 그의 두 눈은 반짝이고 마음은 매우 즐거웠다. 그는 스스로에게 얘기하였다. "힘내, 조금만 더, 조금만 더 힘이 필요할 뿐이야."

Người thầy dạy võ lại về đội nong xôi đến. Nong xôi to và nặng hơn nia thịt nhiều. Nhưng xôi nấu ngon và nhìn đẹp quá. Ông đội nong xôi đi đến đâu, ở đó cứ thơm lừng. Mới đi được nửa đường, mồ hôi ông đã vã ra đầy mặt, đầy người. Đôi chân ông mỗi lúc một yếu, cứ run lẩy bẩy. Cái cổ cứ như muốn gãy gập lại. Ông vẫn bặm môi, cắn răng và bắt đầu leo lên đồi. Tuy mệt lử nhưng đôi mắt ông sáng quắc và lòng ông rất vui. Ông tự nhủ: "Gắng lên! Chỉ cần một lúc nữa, một lúc nữa..."

적장은 언덕 높은 곳에 앉아서 즐거워하는 한편 걱정하였다. 그는 생각하였다. "이놈이 나의 독약을 먹지 않았다면 상대하기 어려웠다. 그러나 지금도 여전히 그는 걱정할 만한 놈이다."

Tên tướng giặc ngồi trên cao theo dõi, vừa hả dạ, vừa lo lắng. Hắn nghĩ: "Thằng này không bị thuốc độc của ta thì khó mà trị được nó. Mà ngay bây giờ, hắn vẫn là một tay đáng sợ."

그 큰 붉은 찰밥 바구니의 향내가 여전히 묵직하게 언덕 위에 퍼졌다. 찰밥을 이고 있는 그의 얼굴이 창백해졌다. 단지 두 눈만이 보이는데, 그 두 눈은 여전히 빛났다. 찰밥 바구니가 한 쪽으로 비틀 기울어졌으나 즉시 균형을 잡았다. 그리고 천천히 한 걸음씩 올라갔다. 적장은 서둘러 부하의 검을 꺼내서 벌떡 일어나 검을 던졌다. 검은 번개처럼 날아가 그 무술 선생의 배에 꽂혔고, 그는 아래로 쓰러졌다. 그러나 그는 애써서 곧바로 일어섰고 손으로 검의 날을 뽑아 원수의 가슴에 다시 던졌다. 적장은 피할 수 있었다.

Cái nong xôi gấc to lớn, thơm lừng vẫn lù lù tiến lên đồi. Mặt người đội xôi tái hẳn lại. Chỉ có đôi mắt. Đôi mắt vẫn sáng quắc. Nong xôi có lúc lảo đảo, ngả nghiêng, nhưng liền đó lại gượng lại, rồi nhích dần lên. Tên tướng giặc vội giật lấy thanh gươm của tên lính hầu rồi đứng phắt dậy, phóng gươm đi. Đường gươm sáng rực lên như một tia chớp, cắm vào bụng người thầy dạy võ làm ông chực gục xuống. Nhưng ông đã gượng đứng thẳng lên và đưa tay rút lưỡi gươm ra, phóng lại vào ngực kẻ thù. Tên giặc tránh được.

갑자기 찰밥 바구니 속으로부터 찰밥에 덮여서 둥글게 말아 누워있던 다섯 명의 아들들이 뛰어 나와 다섯 개의 검을 빼서 번개처럼 흉악한 적장의 가슴을 깊숙이 찔렀다. 적장은 언덕 꼭대기를 진동하는 외마디 소리를 지르고 쓰러졌다. 적군의 무리는 두려워하여 서둘러 도망쳤다.

Bỗng từ trong nong xôi, năm người con nằm quây tròn được xôi phủ kín, đã vung kiếm nhảy ra và như năm làn chớp đâm phập cả vào ngực tên giặc ác. Tên tướng giặc không chống đỡ kịp, rú lên một tiếng rung cả ngọn đồi rồi ngã vật xuống. Thấy tướng đã chết, bọn lính giặc hoảng quá, kéo nhau chạy bán sống bán chết.

적군을 물리치고 다섯 아들들은 돌아와 아버지의 시체를 안고 몇날 며칠을 계속 울었다. 온 마을 사람들과 함께 다섯 아들들은 장례를 정성스레 치렀다.

마을 사람들은 한 명이 한 줌씩 선생의 무덤 위에 흙을 덮어 무덤을 높게 만들었다. 양부를 애처로이 여긴 다섯 아들들은 무덤 주위에 그늘을 드리우고 수를 놓은 것 같은 예쁜 잎을 가진 다섯 그루의 작은 나무를 심었다.

Dẹp giặc xong, năm người con trai trở về ôm lấy xác người bố nuôi khóc vật vã mấy ngày liền. Cả làng cùng năm người con lo chuyện chôn cất rất chu đáo. Dân làng mỗi người một nắm đất đắp cho ngôi mộ ông thầy cao lên. Thương bố nuôi, năm người con lại trồng quanh khu mộ năm gốc cây con, một giống cây có lá đẹp như thêu và có nhiều bóng mát.

매년 아버지의 제삿날이 되면 그들은 또한 붉은 옷을 꺼내 입었다. 그들은 적을 죽이고 백성을 구한 아버지 무술 선생을 그리워했다. 다섯 명의 아들들이 차례차례 죽게 되었을 때 아버지의 무덤 옆에 심어 놓은 다섯 그루의 나무들은 무술 선생의 제삿날에 진한 붉은 색깔의 꽃을 피웠다. 그 붉은 꽃은 모든 사람에게 말하는 것 같았다. 비록 죽는다 하여도 다섯 아들들은 여전히 양부를 사랑하고 매년 아버지의 제삿날이 되면 그들 또한 돌아가신 아버지를 그리워하여 붉은 옷을 입는다.

Hàng năm, đến ngày giỗ bố, họ lại đem áo đỏ ra mặc. Họ nhớ tiếc người thầy dạy võ đã có công giết giặc cứu dân. Đến lúc năm người lần lượt chết đi thì năm cái cây họ trồng quanh khu mộ người bố cũng lần lượt ra hoa màu đỏ thắm, đúng vào ngày giỗ người thầy dạy võ. Hoa đỏ như muốn nói với mọi người rằng: tuy chết đi, nhưng năm người con vẫn yêu thương người bố nuôi và hàng năm đến mùa giỗ bố, họ lại mặc áo đỏ để tưởng nhớ người đã khuất...

빨간 다섯 개의 꽃잎이 있는 꽃과 그 꽃을 피우는 나무들을 보고 사람들은 한 쟁반의 붉은 찰밥과 같은 것으로 생각하였다. 찹쌀 쟁반은 그 옛날 아버지가 찰밥 속에 다섯 명의 아들들을 숨겨 머리에 이고 적을 죽이러 간 것이었다. 그것은 오늘날의 봉황꽃이다. 매년 여름 시험 때가 되면 봉황꽃은 나무 가득 하늘 가득 붉게 피어난다. 여름이 지나갈 때면 사람들은 온 나무 가지에서 옛날 다섯 아들들의 칼날처럼 긴 봉황의 열매들을 볼 수 있다.

Hoa có năm cánh đỏ rực và nhìn cả cây hoa nở rộ, người ta thấy giống như một mâm xôi gấc. Cái mâm xôi ngày nào người bố đã giấu năm người con trong đó và đội đi giết giặc. Đó là cây hoa Phượng ngày nay. Mỗi năm, khi mùa hè đến, mùa thi đến, hoa Phượng lại nở đỏ đầy cây, đầy trời. Khi mùa hè qua, trên khắp các cành cây, người ta lại thấy hiện ra những quả Phượng dài như những thanh gươm của năm người con trai ngày trước...

3. Sự tích hoa Ban(1)

반꽃의 유래

옛날에 쿰이라는 남자가 반이라는 여자를 사랑하였다. 쿰은 농사도 잘 짓고 사냥도 잘 했다. 반은 옷감을 짜는 재주가 뛰어나고 또한 많은 남자를 매혹하는 목소리를 가지고 있었다. 그러나 반의 아버지는 돈을 탐하여 마을 유지의 아들인 게으른 곱사등이에게 반을 시집 보냈다.

Thuở ấy, có một chàng trai tên là Khum đem lòng yêu cô gái tên là Ban. Khum vừa giỏi làm nương, lại có tài săn bắn. Ban thì khéo tay dệt vải lại có giọng hát làm say đắm nhiều chàng trai. Thế nhưng, cha nàng

Ban vì ham giàu nên đã đem gả nàng cho con trai nhà tạo mường, vốn là một thanh niên lười nhác, lại có tật gù lưng.

아가씨는 모든 말을 다하여 간청하였으나 아버지는 자신의 의도를 꺾지 않았고 그는 마을 유지와 상의하여 두 사람의 결혼식을 준비하였다. 막다른 길에 들어선 반 아가씨는 도움을 청하기 위해 젊은이를 만나러 쿰의 마을로 달려갔다. 그러나 불행하게도 쿰의 집에 들어섰을 때 쿰은 아버지를 따라 물소를 사러 멀리 있는 마을에 갔다는 소식을 들었다. 그녀는 집의 계단에 머리에 두르는 수건(khăn piêu)을 묶어 놓고 나서 서둘러 젊은이를 찾으러 갔다.

Mặc cho cô gái hết lời van xin, người cha vẫn không từ bỏ ý định, và ông đã bàn bạc cùng với nhà tạo mường sửa soạn làm lễ cưới cho hai người. Trong bước đường cùng, nàng Ban đã chạy sang bản của Khum gặp chàng để cầu cứu. Nhưng chẳng may khi đến nhà Khum, thì được tin chàng đã theo cha đi mua trâu ở bản xa. Nàng bèn lấy chiếc khăn piêu của mình, buộc vào nơi cầu thang nhà người rồi bươn bả đi tìm chàng.

그녀는 이 산을 지나고 저 숲을 건너 목이 쉴 정도로 사랑하는 사람의 이름을 불렀으나 멀리 있는 젊은이는 들을 수 없었다. 마침내 높은 산맥을 넘고 난 후 아가씨는 지쳐서 쓰러졌다. 아가씨가 쓰러진 곳에서는 여자의 손처럼 흰 꽃봉오리를 지닌 꽃이 자라났다. 그리고 얼마 가지 않아 그 꽃은 서북쪽의 숲과 모든 산에 자라났다. 그리고 매년 봄 그때쯤이 되면 목화솜처럼 흰 꽃이 피었다. 사람들은 그 꽃을 반꽃이라고 이름지었다.

Nàng đi hết núi này, rừng khác, gọi tên người yêu đến khản cả giọng, nhưng chàng ở xa nào có nghe thấy. Cuối cùng kiệt sức nàng ngã gục sau khi vượt qua một dãy núi cao. Nơi nàng nằm xuống sau đó mọc lên một cây hoa mang búp trắng như búp tay người con gái. Và chẳng bao lâu, loài hoa ấy mọc lan ra khắp núi rừng Tây Bắc, và hằng năm cứ mỗi độ xuân về, hoa nở trắng như bông. Người ta đặt tên loài hoa đó là hoa ban.

쿰은 집에 돌아와 계단에 걸린 사랑하는 사람의 수건을 보고 즉시 서둘러 아가씨를 찾아나섰다. 사랑하는 사람의 마을 사람들에게 물어보고 아가씨가 집을 나갔는데 어디로 갔는지 알 수 없다는 것을 알게 되었다. 그래서 젊은이는 사랑하는 사람을 찾기 위해 이 마을을 지나고 또 저 마을을 지나가도 여전히 사랑하는 사람의 그림자를 찾아보지 못했다. 마침내 젊은이는 지쳐 쓰러졌다. 죽은 후 젊은이는 숲 속에서 외롭게 사는 새로 변했는데 반꽃이 피는 철이 되면 어느해부터인가 간절히 사랑하는 사람을 부르는 소리처럼 지저귀었다.

Về phần Khum, sau khi về đến nhà, thấy chiếc khăn piêu của người yêu vắt nơi cầu thang, biết là có chuyện chẳng lành, bèn vội vã đi tìm nàng. Dò hỏi bà con bên bản người yêu, Khum biết được là nàng đã bỏ nhà ra đi, còn đi đâu thì không rõ. Thế là chàng trai lên đường đi tìm người yêu, đi mãi hết mường này, bản khác mà vẫn không tìm thấy bóng người yêu. Cuối cùng, chàng kiệt sức, ngã xuống. Sau khi chết, chàng hoá thành con chim sống lẻ loi trong rừng, và cứ đến mùa hoa ban nở, lại hót vang như tiếng gọi người yêu tha thiết từ năm nào.

4. Sự tích hoa Gạo

판야꽃의 유래

어느 지방에 씩씩하지만 가난한 한 남자가 아주 예쁜 산 속에 사는 여자를 사랑하였다. 그들이 결혼할 준비를 하고 있는데 갑자기 큰 비가 내리고 홍수가 나서 젊은이의 집과 예물들이 물에 다 휩쓸려 갔다. 마을 사람들은 젊은이가 하늘에 올라가서 사정을 묻도록 하기 위하여 설막대(cây nêu)를 세웠다. 하늘에 올라가는 날 젊은이는 붉은 천을 아가씨 손에 묶어 주었는데 각 모서리에는 그들의 맹세를 대신하는 5개의 술이 있었다.

Ở một bản nọ có chàng trai nghèo khoẻ mạnh, yêu cô sơn nữ xinh đẹp. Họ chuẩn bị cưới thì trời đổ mưa, cơn lũ lớn cuốn phăng ngôi nhà và lễ vật của chàng. Dân bản trồng cây nêu để chàng lên trời hỏi sự tình. Ngày ra đi, chàng buộc vào tay cô gái băng vải đỏ, mỗi đầu có tua năm cánh thay cho lời thề thuỷ chung.

옥황상제를 만나서 젊은이는 아뢰었다. "지상의 날씨가 너무 변덕스러워서 인간의 삶은 너무 힘듭니다. 상제께서는 다시 살펴주십시오."

옥황상제가 누가 날씨를 관장하는지 물으니 한 신이 아뢰었다. "그는 천둥 신인데 원래 놀기를 좋아해서 소홀할 때가 있습니다"

Gặp Ngọc Hoàng, chàng thưa: "Trần gian mưa nắng thất thường, cuộc sống con người rất cực khổ. Xin người xem xét lại."

Ngọc Hoàng hỏi xem ai trông coi mưa nắng, một vị thần tâu: "Đó là thần Sấm, nhưng thần vốn ham vui nên có lúc xao nhãng. "

천둥신이 아뢰었다. "혼자 다 할 수가 없습니다. 이 남자가 저를 도와 비를 내리게 도와 주십시오." 옥황상제는 허락하고 하늘과 땅표면을 멀리 떨어지도록 하여 지상의 인간들이 더이상 올라오지 못하도록 하였다. 남자는 어쩔 수 없이 하늘에 머물러서 비의 신이 되었으나 애인이 그리워서 눈물이 솟아 나왔다.

Thần Sấm thưa: "Một mình thần không làm xuể. Xin người giữ chàng trai này lại giúp thần làm mưa." Ngọc Hoàng chuẩn tấu và truyền nâng bầu trời xa mặt đất để người hạ giới không lên được nữa.Chàng trai đành ở lại làm thần Mưa. Nhớ người yêu, nước mắt chàng trào ra.

여자는 매일매일 설막대에 올라와 기다렸다. 삼월의 어느 날 옥황상제가 지상에 내려갔다. 두 사람의 사랑을 알게 되었고 옥황상제는 여자에게 소원을 하나 들어주겠다고 하였다. 여자는 아뢰었다. "상제께서는 제가 그를 볼 수 있도록 설막대를 깊은 뿌리와 곧장 뻗은 몸, 높은 꼭대기가 있는 나무로 변하게 해주세요. 그리고 그가 저를 알아보기 위하여 붉은 천끈을 꽃송이가 되게 해주세요."

Nói về cô gái, ngày nào cô cũng trèo lên cây nêu trông ngóng. Một ngày tháng Ba, Ngọc Hoàng xuống hạ giới. Biết chuyện, ngài cho cô gái một điều ước. Nàng thưa: "Xin người biến cây nêu thành loài hoa có rễ bám sâu, thân thẳng, ngọn cao để thần nhìn thấy anh ấy, dải vải đỏ biến thành bông hoa để anh ấy nhận ra thần."

소원이 이루어져서 아가씨는 높은 곳으로부터 아래로 자신을 던졌다. 바로 그녀가 몸을 던진 곳에서 그 여자의 소원대로 곧장 위로 뻗은 나무가 자라났는데 젊은이가 그녀에게 주었던 붉은 천 끈과 같은 5개의 꽃잎을 가진 붉은 꽃송이들이 있었다. 사람들은 그 꽃을 판야꽃이라고 불렀고 그 꽃 종류는 짙고 붉은 사랑처럼 붉은 꽃이었다.

Thoả nguyện, cô gái gieo mình từ trên cao xuống. Ngay chỗ cô gái gieo mình xuống mọc lên một cây thẳng đứng như lời ước nguyện của cô gái, với những bông hoa đỏ rực có 5 cánh giống như dải vải đỏ mà chàng trai đã trao cho cô gái.

Người ta gọi đó là hoa gạo, loài hoa đỏ rực như tình yêu nồng thắm.

5. Sự tích hoa Bằng Lăng

배롱꽃의 유래

옛날, 옥황상제가 열두 명의 공주를 두었다. 열두 공주는 각인각색의 아름다움을 지니고 어느 누구도 못하지 않았다. 옥황상제는 자신의 열두 공주를 몹시 아꼈다. 어느 날 옥황상제가 공주들을 불러서 말했다. 내가 너희들을 지상 꽃 종류들의 왕이 되게 해줄게.

Ngày xưa, Ngọc Hoàng có 12 nàng công chúa. Mỗi người một vẻ, không ai thua ai. Ngọc Hoàng rất thương 12 nàng công chúa của mình.

Một hôm, Ngọc Hoàng gọi các công chúa tới và nói rằng: ta sẽ cho các con làm chúa của các loài hoa dưới nhân gian.

맏이 공주는 장미꽃, 둘째는 목단, 그 다음은 난초, 수선화의 왕이 되기를 원했다. 어느 꽃의 종류가 되어야 할지 모르는 막내 공주만 남았다. 막내 공주는 옥황상제가 물어볼 때까지 조용히 계속 가만히 서 있었다.

"나의 막내공주야, 너는 어떤 꽃 종류의 왕이 되고 싶으냐? 너의 소원을 들어줄게."

Cô công chúa đầu thì đòi làm chúa của loài Hoa Hồng, cô kế làm chúa loài hoa Mẫu Đơn, rồi hoa Lan, Huệ,…Chỉ riêng cô công chúa út không biết mình phải làm chúa hoa gì nữa. Cô lặng lẽ âm thầm đứng yên mãi cho đến khi Ngọc Hoàng lên tiếng:

– Hỡi nàng công chúa út của ta, con muốn làm chúa loài hoa nào? Ta sẽ cho con toại nguyện.

막내 공주는 오랫동안 고민해도 생각이 안나서 그녀는 자신의 하늘거리는 보라색 옷을 바라보았다. 어릴 때부터 그녀는 보라색을 좋아했다. 그래서 그녀는 옥황상제께 청하였다.

"부왕마마, 저는 순수한 보랏빛을 매우 좋아합니다. 보랏빛 꽃의 왕이 되게 해주세요."

옥황상제는 계속 고민하다가 결국 막내 공주에게 배롱 꽃의 왕이 되도록 했다.

Công chúa út suy nghĩ mãi vẫn chưa ra thì cô ta nhìn tà áo tím thướt tha của mình. Từ nhỏ cô đã thích màu tím. Vì thế cô xin với Ngọc Hoàng.

– Dạ tâu phụ hoàng, con rất thích màu tím ngây thơ. Xin phụ hoàng cho con làm chúa loài hoa mang màu tím.

Ngọc Hoàng suy nghĩ mãi mới quyết định cho nàng công chúa út làm chúa hoa Bằng Lăng Tím.

그때 세상에 가난한 서생이 있었는데 배롱나무 보라색 꽃을 매우 예쁘고 사랑스럽게 느꼈다. 그래서 젊은이는 즉시 집에 가져와 심고 매일매일 보라색 꽃을 감상하였다. 매년 꽃이 피는 계절이 되면 서생은 보랏빛에 빠져들었고 점점 젊은이는 보랏빛 배롱나무 꽃을 사랑하는 마음을 갖게 되었다. 역시 막내 공주도 서생의 시문에 빠져들었다.

Cùng lúc đó ở dương gian có chàng thư sinh nghèo, thấy loài hoa tím Bằng Lăng vừa xinh lại dịu dàng. Chàng liền lấy về nhà trồng rồi mỗi ngày chàng đều ngắm loài hoa tím. Mỗi năm đến mùa hoa nở chàng thư sinh say đắm với sắc màu tím và dần dần chàng lại đem lòng yêu thương hoa Bằng Lăng tím. Cũng cùng lúc nàng công chúa út của chúng ta cũng đem lòng si mê văn tài của chàng thư sinh.

공주는 옥황상제께 지상에 가서 그 서생과 혼례를 이루도록 허락을 요청하였다. 옥황상제는 단호히 거절하였다. 그때부터 막내 공주는 우울함에 빠지고 하늘 위의 도련님들의 청혼을 몇 번이나 거절하였는지 모른다. 그리고 그때부터 배롱꽃은 날이 가면 갈수록 보랏빛이 탈색되었다. 서생은 여전히 배롱꽃에 일편단심이었다. 그래서 그때부터 배롱꽃은 정절의 꽃이 되었고 보랏빛의 순수함은 학창시절의 첫사랑을 상징하였다.

Công chúa xin Ngọc Hoàng được xuống dương gian làm vợ chàng thư sinh. Ngọc Hoàng cương quyết không đồng ý. Cô công chúa út từ đó suy tư và không biết bao nhiêu chàng công tử trên trời đến cầu hôn nàng đều khước từ. Và từ đó loài hoa Bằng Lăng càng ngày càng phai nhạt màu tím đi. Chàng thư sinh vẫn một lòng si tình hoa Bằng Lăng tím. Thế nên từ đó loài người cho hoa Bằng Lăng là loài hoa chung thủy, sự ngây thơ của màu tím đã tượng trưng cho tình đầu của thuở học trò.

6. Sư tích hoa Mười Giờ

열시꽃(채송화)의 유래

전설에 부모님을 일찍 여읜 한 아가씨가 젊은이와 사랑에 빠졌다. 그 아가씨는 그 젊은이를 세상에서 유일한 가족으로 여기고 모든 정을 쏟아부었다. 반면, 젊은이는 늙은 어머니가 계셨기 때문에 해가 지기 전에 집에 돌아가야 했다. 그 아가씨가 젊은이를 다시 만나려면 다음날 아침까지 기다려야 했다.

Truyền thuyết kể rằng, một cô gái mồ côi cha mẹ, yêu say đắm một người con trai và xem chàng là người thân duy nhất nên dành trọn tất cả tình cảm vào chàng. Ngược lại, cậu con trai còn người mẹ già nên thường phải về nhà trước khi mặt trời lặn. Cô gái lại phải chờ tới sáng hôm sau để được gặp lại chàng trai.

날이 가고 또 가도 아침 10시가 되면 두 사람은 서로 약속대로 손에 손을 잡고 바닷가에서 즐겁게 노닐었다. 그들의 정은 어떠한 것도 갈라놓을 수 없을 것 같았다. 그러던 어느 날 젊은이가 약속 장소에 오지 않았다. 여자는 기다리고 또 기다렸지만 젊은이의 그림자조차 보이지 않았다.

Ngày này qua ngày khác, cứ đúng 10 giờ hai người hẹn nhau, tay trong tay vui đùa trước biển xanh. Tình yêu của họ tưởng chừng không gì có thể chia rẽ được. Nhưng một ngày nọ chàng trai không tới chỗ hẹn, cô gái đứng đợi, lâu rất lâu nhưng vẫn không thấy bóng dáng của chàng trai.

그리고 시간이 지나 하루를 기다렸으나 젊은이는 어디에도 보이지 않았다. 바로 그때 아가씨는 하늘이 무너지는것 같았다. 그녀는 울고 싶었으나 젊은이가 그 곳에 와서 자신의 불그스름한 두 눈을 보면 걱정하고 속상할까봐 마음 속으로 눈물을 삼켰다.

Rồi thời gian trôi qua, cô đã chờ được một ngày nhưng vẫn không thấy chàng đâu, ngay lúc đó, người con gái tưởng chừng như bầu trời muốn sụp đổ. Cô muốn òa khóc nhưng sợ rằng người con trai tới nơi thấy đôi mắt đỏ hoe của mình sẽ buồn và lo lắng nên cô nuốt những giọt nước mắt đó vào trong lòng.

시간이 또 흘러 아가씨는 기다린지 일주일이 되었을때 젊은이를 찾으러 가고 싶었으나 만일 없는 사이에 젊은이가 와서 자신이 없는 것을 알고 다시 떠날까 봐 걸음을 멈추고 계속 기다렸다. 그녀는 지치고 힘이 다 빠져 숨이 멈출 때까지 기다리고 또 기다렸다. 죽기 전까지 젊은이를 원망하지 않았고 단지 기다릴 힘이 없고 바라고 바라는데도 부족한 자신의 사랑만 자책하였다.

Thời gian lại trôi qua cô gái đã chờ được một tuần, cô muốn chạy đi tìm chàng trai nhưng sợ chàng trai sẽ tới và không thấy cô đâu rồi sẽ bỏ đi. Nghĩ vậy nên cô ghìm bước chân lại và tiếp tục chờ. Cho tới khi sức lực cạn kiệt cô gái quỵ xuống và trút hơi thở cuối cùng. Trước khi chết, cô không hề oán hận người con trai mà chỉ tự trách tình yêu của mình dành cho người con trai không đủ để tiếp sức cho cô tiếp tục chờ đợi và hy vọng.

나중에 여자의 시체는 파도에 휩쓸려 바다 가운데로 밀려가 큰 바다 속에 가라앉았다. 그 아가씨가 쓰러진 곳에서는 보랏빛의 꽃이 생기고 10시가 되면 꽃이 활짝 피었는데 꽃잎마다 햇빛을 거두어 아가씨의 마음속에 가득 담긴 눈물을 따뜻하게 하였다. 사람들은 이 꽃을 10시 꽃이라고 불렀다.

Sau này xác của cô gái được sóng mang ra giữa biển và chìm vào trong lòng của đại dương. Nơi người con gái ngã xuống, mọc lên một loài hoa màu tím, cứ khi chuông đổ 10 giờ là hoa lại nở rộ, từng cánh hoa một hứng lấy những hạt nắng của mặt trời để sưởi ấm cho những giọt nước mắt chất chứa trong lòng của người con gái. Người ta gọi loài hoa này là hoa mười giờ.

7. Sự tích hoa Sen

연꽃의 유래

옛날 어떤 마을에 부모를 여읜 어린 두 자매가 살았다. 핫썸(베트남 가극)을 직업으로 삼는 사람이 두 자매를 양녀로 삼고 노래와 춤을 가르쳐 주었다. 한번은 동생이 아팠을 때 언니가 자신의 귀한 반지를 태워서 신기한 약을 만들어 동생을 구한 적이 있었다. 두 자매는 클수록 더 예뻐지고 춤과 노래를 잘 하여 온 지방에 이름이 났다. 그 지역에 비를 만들고 바람을 불게 할 정도로 독악하기로 이름난 한 도령이 있었는데 두 자매의 명성을 듣고 그들을 잡아 아내로 삼으려고 음모를 꾸몄다.

Ngày xưa ở một làng nọ có hai cô bé mồ côi cha mẹ. Hai em được một người hát xẩm đưa về nuôi. Ông dạy cho hai em các điệu múa bài hát. Một lần cô em bị ốm, cô chị đã đốt chiếc nhẫn quý của mình làm thành thuốc thần cứu sống em. Càng lớn hai chị em càng trở nên xinh đẹp, hát hay múa giỏi nổi tiếng khắp vùng. Trong vùng có một tên công tử khét tiếng độc ác, làm mưa làm gió cả vùng. Nghe tiếng hai cô, hắn âm mưu bắt về làm vợ.

어느 날 양부가 먼 길을 가야 해서 그는 자매에게 각각 하나의 선물을 사주겠다고 약속하였다. 언니는 노란 실로 수를 놓은 흰 꽃신, 동생은 노란 실로 수를 놓은 분홍색의 꽃신을 사 달라고 하였다. 양부가 집을 비운 사이에 도령은 하인을 시켜 언니를 잡아 들이게 하였다. 언니는 순결을 지키려고 호수에 뛰어내렸다. 동생은 언니가 너무나 불쌍해서 역시 언니를 따라 뛰어내렸다.

Một hôm người cha nuôi phải đi xa, ông hứa sẽ mua tặng mỗi con một món quà. Cô chị xin cha một đôi hài màu trắng thêu chỉ vàng, còn cô em xin cha một đôi hài hồng thêu chỉ vàng. Nhân lúc người cha vắng nhà tên công tử đã cho người đến bắt cô chị về. Để giữ trọn trinh tiết của mình cô gieo mình xuống hồ. Quá thương chị cô em cũng chết theo chị.

양부가 돌아왔을 때 두 딸이 어디에도 보이지 않았다. 양부는 주변을 찾아다니다 그 사실을 알게 되었다. 그 때 그는 호수로부터 은근하고 시원한 향내를 맡았고 호수의 수면위에서 흰 꽃과 분홍색 꽃을 보았다. 꽃잎들은 꽃신 모양처럼 예쁘고, 가운데는 노란색 수 놓은 실처럼 노란 수술이 있었고 잎들은 아가씨들이 쓰고 다니는 꽈이 타오 모자 – nón quai thao (동근 통모양의 모자)처럼 퍼지고, 향기는 두 자매의 심혼처럼 짙고 맑게 퍼졌다.

Khi người cha trở về không thấy con đâu. Ông đi tìm quanh và được biết chuyện. Đột nhiên ông ngửi thấy mùi hương thơm ngan ngát toả ra từ hồ và ông nhìn thấy trên mặt hồ những bông hoa màu trắng và màu hồng. Những cánh hoa xinh xinh tựa như dáng hài; ở giữa có nhuỵ vàng như những sợi chỉ thêu màu vàng; những chiếc lá xoè to giống như những chiếc nón quai thao các cô thường đội; hương hoa toả thơm ngào ngạt tinh khiết như tâm hồn hai chị em.

양부가 너무 가슴이 아파서 울음을 터뜨리자 갑자기 두 딸이 호수 아래로부터 나타나 옆에 다가왔다. 언니가 이야기하였다. "두 자매가 호수에 떨어졌을 때 호수의 신 할머니가 우리를 불쌍히 여겨 감싸서 구해주었어요. 그 할머니는 우리들을 매우 귀하게 여기고 우리와 함께 같이 살고 싶어하지만 우리들은 집에 돌아가 아버지를 모시고 싶어요. 할머니는 우리가 아버지에게 돌아가도록 동의하였고 할머니는 우리 두 자매가 옆에 항상 있는 것처럼 느끼기 위하여 우리 두 자매를 상징하는 꽃들을 만들었어요. 그 꽃의 이름이 연꽃이에요."

Người cha quá đau buồn bật khóc. Chợt hai cô con gái từ dưới hồ hiện ra và bước lên cạnh ông. Cô chị kể lại chuyện: "Khi hai chị em con gieo mình xuống hồ đã được bà chúa hồ thương tình dang tay đón lấy và cứu sống. Bà rất quý chúng con, muốn chúng con ở lại với bà nhưng chúng con còn muốn được về nhà chăm sóc cha. Bà đã đồng ý cho chúng con trở về với cha và tạo ra những đoá hoa kia tượng trưng cho hai chị em để bà luôn cảm thấy có hai chị em bên cạnh bà. Tên hoa là HOA SEN"

Memo